நில்லுங்கள் ராஜாவே

கிழக்கு பதிப்பக வெளியீடுகளாக சுஜாதாவின் புத்தகங்கள்

மீண்டும் ஜீனோ
நிறமற்ற வானவில்
நில்லுங்கள் ராஜாவே
தீண்டும் இன்பம்
ஆஸ்டின் இல்லம்
அனிதாவின் காதல்கள்
நைலான் கயிறு
24 ரூபாய் தீவு
அனிதா இளம் மனைவி
கொலை அரங்கம்
கமிஷனருக்கு கடிதம்
அப்ஸரா
பாரதி இருந்த வீடு
மெரீனா
ஆர்யபட்டா
என் இனிய இயந்திரா
காயத்ரி
ப்ரியா
தங்க முடிச்சு
எதையும் ஒருமுறை
ஊஞ்சல்
ஓரிரவில் ஒரு ரயிலில்
மீண்டும் ஒரு குற்றம்
விக்ரம்
நில், கவனி, தாக்கு!
வாய்மையே சில சமயம்
வெல்லும்
ஆ..!
வசந்த காலக் குற்றங்கள்
சிவந்த கைகள்
ஒரே ஒரு துரோகம்
இன்னும் ஒரு பெண்
6961
ஜோதி
மாயா
ரோஜா
ஓடாதே
மேற்கே ஒரு குற்றம்
விபரீதக் கோட்பாடு
ஐந்தாவது அத்தியாயம்
மலை மாளிகை
விடிவதற்குள் வா
மூன்று நாள் சொர்க்கம்
பத்து செகண்ட் முத்தம்
கம்ப்யூட்டர் கிராமம்
இளமையில் கொல்
மேகத்தை துரத்தியவன்
ஒரு நடுப்பகல் மரணம்
நகரம்
இதன் பெயரும் கொலை
மண்மகன்
தப்பித்தால் தப்பில்லை
விழுந்த நட்சத்திரம்
முதல் நாடகம்
ஆட்டக்காரன்
ஜன்னல் மலர்
என்றாவது ஒரு நாள்
வைரங்கள்
மேலும் ஒரு குற்றம்
சொர்க்கத் தீவு
கனவுத் தொழிற்சாலை
ஆயிரத்தில் இருவர்
பதினாலு நாட்கள்
உள்ளம் துறந்தவன்
பிரிவோம் சந்திப்போம்
கரையெல்லாம் செண்பகப்பூ
இரண்டாவது காதல் கதை
நிர்வாண நகரம்
குருபிரசாதின் கடைசி தினம்
இருள் வரும் நேரம்
திசை கண்டேன் வான் கண்டேன்
ஆழ்வார்கள் - ஓர் எளிய அறிமுகம்
தேடாதே
விருப்பமில்லாத் திருப்பங்கள்
விரும்பிச் சொன்ன பொய்கள்
கை
ஆதலினால் காதல் செய்வீர்
நூற்றாண்டின் இறுதியில் சில சிந்தனைகள்
அப்பா, அன்புள்ள அப்பா
மிஸ். தமிழ்த்தாயே, நமஸ்காரம்!
சிறு சிறுகதைகள்
வாரம் ஒரு பாசுரம்
வானத்தில் ஒரு மௌனத்தாரகை
கடவுள் வந்திருந்தார்
அனுமதி
ஓலைப் பட்டாசு
சேகர், சிங்கமய்யங்கார் பேரன்
கம்ப்யூட்டரே ஒரு கதை சொல்லு
டாக்டர் நரேந்திரனின் வினோத வழக்கு
நிஜத்தைத் தேடி
பாதி ராஜ்யம்
சில வித்தியாசங்கள்

நில்லுங்கள் ராஜாவே

சுஜாதா

கிழக்கு

நில்லுங்கள் ராஜாவே
Nillungal Rajave
by Sujatha

Kizhakku First Edition: December 2009
136 Pages
Printed in India.

ISBN: 978-81-8493-375-8
Title No. Kizhakku 451

Kizhakku Pathippagam
177/103, First Floor,
Ambal's Building, Lloyds Road,
Royapettah, Chennai 600 014.
Ph: +91-44-4200-9603

Email : support@nhm.in
Website : www.nhm.in

Cover Image : Shutterstock

Backcover Image : Srihari

Kizhakku Pathippagam is an imprint of New Horizon Media Private Limited

சாவி முதல் இதழிலேயே தொடங்கி பெரும்பாலான வாசகர்களை வசீகரித்த விறுவிறுப்பான தொடர்கதை.

முந்தைய பதிப்பில் வந்த

முன்னுரை

ஆசிரியர் சாவி ஒவ்வொரு முறை புதிய பத்திரிகை ஆரம்பிக்கும் போதெல்லாம் தவறாமல் முதல் இதழிலேயே என்னைத் தொடர்கதையோ சிறுகதையோ எழுதச் சொல்வார். என் எழுத்தின் மேல் அவருக்கு மிகுந்த மதிப்பு இருந்தது. என்னைப் போலவே பல எழுத்தாளர்களையும் அவர் மதித்து ஆதரித்தார். சாவி அவர்கள் முரசொலி நிறுவனத்தின் 'குங்குமம்' இதழை விட்டுவிட்டு தன் சொந்தப் பத்திரிகையான 'சாவி'யைத் தொடங்கியபோது அதைக் குறைந்த விலையில் நிறைய பிரதிகள் போக வேண்டும் என்று தீர்மானித்து நியூஸ் பிரிண்ட்டிலேயே முழு இதழையும், அட்டையில் வழவழப்பு இல்லாமல் அச்சடித்தார். முதல் பிரதி நிறைய விலை போயிற்று. ஆனால் கொஞ்சம் கொஞ்சமாக சரிய ஆரம்பித்ததும், சட்டென்று அதை வழக்கமான ஆர்ட் காகிதம், அழகிய சினிமா நடிகை அட்டைப் பட பாணிக்கு மாற்றியதும் 'சாவி' இதழ் சுதாரித்துக் கொண்டது.

இன்றும் தமிழில் வெகுஜனப் பத்திரிகைகள் இந்தப் பழக்கத்தி லிருந்து விடுபடவில்லை. நான் குமுதம் ஆசிரியராக இருந்த போது இதை மாற்றப் பார்த்தேன். ஒரு அட்டைப் படத்தில் ஆண் நடிகரைப் போட்டேன். விஷப்பரிட்சை! சரேல் என்று ஒரு லட்சம் சர்க்குலேஷன் விழுந்தது. உடனே அழகிய (பெண்) முகங்களுக்குத் திரும்பினேன்.

சாவி முதல் இதழிலேயே, ‘நில்லுங்கள் ராஜாவே’ தொடங்கியது. இந்தக் கதையை இன்று படிக்கும் மனோதத்துவ டாக்டர்கள், இதன் கதாநாயகனுக்கு Multiple Personality Disorder அல்லது Identity Dissociation இருப்பதாகத் தீர்மானிக்கலாம். ‘நில்லுங்கள் ராஜாவே’ பிலானியில் பொறியியல் படிக்கும் தமிழ் மாணவர்களால் இரண்டு முறை நாடகமாக நடிக்கப்பட்டது. அவர்கள் எல்லாம் இப்போது அமெரிக்காவில் இருக்கிறார்கள்.

‘நில்லுங்கள் ராஜாவே’, பத்திரிகை அவசரங்களைக் கருதி ஒரு தலைப்புக் கொடுக்கப்பட்டு தைரியமாக ஆரம்பித்துவிட்டுப் போகப் போக பிடி கொடுத்த கதை. ஓர் எழுத்தாளனுக்கு பரிபூர்ண சுதந்தரம் அளித்த திரு. சாவி அவர்கள் நினைவில் இந்தக் கதை புதிய பதிப்பாக வருவதில் எனக்கு மகிழ்ச்சி.

- சுஜாதா

1

மாடு மனை போனால் என்ன?
மக்கள் சுற்றம் போனால் என்ன?
கோடிச் செம்பொன் போனால் என்ன - கிளியே
குறுநகை போறுமடி...

கண்ணிகளை எழுதின ஆசாமிக்காவது ஒரு கிளி குறுநகை என்று மிஞ்சியது. எனக்கு முச்சூடும் பறிபோச்சு. ஆனாலும் இப்படியா? ரேஸா? சூதாட்டமா? ஷேர் மார்க்கெட்டா? இல்லை. ஒரே செகண்ட், கையைச் சொடக்குற தேசாலம்கூட இல்லை. நான்... நான் இல்லை என்னுட்டாங்க!

அந்தச் சண்டாளன் செய்ததற்கு அவனை இந்தக் கதை முடிவதற்குள் கொன்றுவிட்டுத்தான் மறு காரியம். அதற்கு முன்னால் சிற்சில அறிமுகங்கள். உங்களுக்கு இதைப் படிக்க ஆரம்பித்தவுடன் ஏற்பட்டிருக்கும் குழப்பத்தைத் தவிர்க்க. என் மனோ ஆரோக்கியத்தைப் பற்றி உங்கள் சந்தேகங்களை நீக்க. நான் நிச்சயம் பைத்தியமில்லை! லெட்ஸ் மேக் இட் க்ளியர். ஆரம்பத்தில் அந்தச் சந்தேகம் வேண்டவே வேண்டாம்.

நான் யார்?

'அஹம் பிரம்மம்' என்று உபநிஷத்திலிருந்து 'நான் ஜவஹர் விட்டல், கம்பெனி டைரக்டர்' என்று

வெவ்வேறு தளங்களில் பதில் சொல்லலாம். நான் ஒரு கணவன், ஒரு தகப்பன், இரை தேடுபவன், உள்ளுக்குள் இச்சைகள் வைத்திருப்பவன், நான் ஒரு மனிதன், ஹோமோ ஸேபியன் என்று எத்தனை 'நான்'கள். எல்லாத்தையும் ஒரே செகண்டில் இழப்பது என்றால்? மறுபடியும் குழப்புகிறேன் இல்லையா?

ஜவஹர் விட்டல் என் பெயர். அப்பாவுக்கு தேசபக்தி அதிகம். ஜவஹரும் போய்விட்டார். என் அப்பாவும் போய்விட்டார்... தேசபக்தியுடன். அப்பா ரூபா நூற்றைம்பதுதான் கேஷ் வைத்திருந்தார். அவர் இறந்தபோது எனக்குப் பத்தொன்பது வயசு. பட்டதாரி. எங்கள் கம்யூனிட்டியில் படிச்சவங்க ஜாஸ்தி கிடையாது. பக்தவத்ஸலம் என்னை ஆதரித்து தம் மகளையும் (புவனேஸ்வரி) கட்டிக் கொடுத்து தொழிலுக்கும் முதல் கொடுத்து, தொழில் விரிவாகி, மாமன் காலமாகி, மகள் பிறந்து, பற்பல விருத்திகள் ஏற்பட்டு, நாற்பது வயசில் பதினெட்டு லட்சம் பெறுமான ஒரு பெரிய 'டீலக்ஸ் ஸ்பேர் பார்ட்ஸ் இண்டஸ்ட்ரி'க்குச் சொந்தக்காரன்னா, வாழ்க்கையில் என் முன்னேற்றத்தில் ஒரே ஒரு படிப்பினை, நீதி: 'பணக்காரியைக் கல்யாணம் செய்!'

புவனேஸ்வரி அப்படியொன்றும் என் தலையில் கட்டப்பட்ட அழகில்லாத பெண் என்பதற்கில்லை. என் அதிர்ஷ்டம் கண்ணுக்கு நல்லா, சுவையாகச் சமைச்சு, பெரிசாகப் பொட்டு வெச்சிக்கிட்டு இல்லத்தரசி. அவளுக்கு இரண்டு தங்கைகள். சந்துஷ்டி, சந்தோஷம், திருப்தி, செல்வம் இப்படி வாழ்க்கையில் ஒரு காலகட்டத்தில் இருந்த என் ஸ்திரமான அஸ்திவாரங்களை முழுவதும் கலைத்துவிட்ட சண்டாளனைக் கொல்லத்தான் போகிறேன். பார்த்துக்கிட்டே இருங்க!

ரொம்ப வினோதம். ஸ்மோக்? வேண்டாம். மேலே கேக்கறீங் களா?

சித்திரை வருஷப் பிறப்பு. ஆபீஸ் லீவு. இருந்தாலும் ஆபீஸ்ல எல்லோரும் கூடி ஒரு பூஜை நடத்துவார்கள். சம்பிரதாயமா பழனி கோயில்ல பொட்டுவச்ச கணக்குப் புஸ்தகத்தில் முதல் பக்கத்துல வரவு வைத்து எல்லோரும் காப்பி, கேக், சமுஸான்னு சாப்பிடுவோம். ஆபீஸ்ல பதவி உயர்வு, போனஸ் எல்லாத்தை யும் அறிவிப்பேன். எல்லோரும் எனக்கு வாழ்த்துச் சொல்லு வாங்க. இனிமையான வருடாந்திர நிகழ்ச்சி. பத்து வருஷமா

நடக்குது. அன்னிக்கு ஒன்பது - பத்தரை ராகுகாலம்னு ஒன்பதுக் குள்ளேயே முடிச்சுடலாம்னு ஆபீசு போறேன். காரை சித்ரா எடுத்துப் போயிருந்தா. சோபாக் குட்டி பள்ளிக்கூடத்தில் பாடுதாம். டாக்சி பிடிச்சுப் போறேன். பீட்டர்ஸ் ரோடுலே என் ஆபீசு. ஒருவழிப் பாதை. அப்பதான் ஸார் ஆரம்பிச்சது வினை.

ஆபீசுல நுழைந்தேன். எல்லோரும் வாசல்ல எனக்காகக் காத் திருப்பாங்க. ஒருத்தரையும் காணோம். இன்னும் வரலியா? உள்ளே பேச்சுக் குரல் கேக்கறதே. நான் வராமலேயே ஆரம்பிச் சுட்டாங்களா? உள்ள போறேன்.

ஹால்ல மேஜைங்களை விலக்கிப்போட்டு லட்சுமி படம் வெச்சி, வத்தி ஏத்தி, தேங்கா ஒடச்சி, பூஜை நடக்கிறது. லெட்ஜர் அலங் காரமா இருக்கு. சுத்தி எல்லாரும் நிக்கறாங்க. சிரிச்சுப் பேசிக்கிட்டு நடுவில் அவன் நிக்கறான். நான் நிக்கவேண்டிய இடத்தில் நிக்கறான். டெலிபோன் கலாவதியைப் பார்த்துச் சிரிச்சுகிட்டு. முற்றிலும் அன்னியன். எல்லோரும் கை தட்றாங்க. யார்? இவன் ஆபீஸ் தப்பித் தவறி வந்துட்டானா? அவன் பேசறான்.

'என் இனிய நண்பர்களே! நம் அலுவலகம் - நம் அலுவலகம் எப்படி? - இந்த வருஷப் பிறப்புடன் பதினோரு வயதை எய்து கிறது. ஒரு சின்ன ஷெட்டில் ஆரம்பித்து இப்போது, பெங்களூர், சேலம், புதுக்கோட்டை கிளைகளுடன் விரிவடைந்து...!'

நான் பேசவேண்டிய பேச்சை அப்படியே ஒப்பிக்கிறான். அவனைப் பார்த்தேன், ஏறக்குறைய என் வயசுதான் இருக்கும். காது பக்கம் புசு புசுன்னு மயிரு. பெரிசா மண்டை. என்னைவிட கருப்பு. பல்லு ராமேசுவரத்தில் சோழி இருக்குமே, அது மாதிரி. ஒரு சிரிப்பு! கஷ்ட காலம்! கண்ல ஒரு பொய்; என்னைவிடக் கொஞ்சம் உயரம்....

சே! என்னைவிட என்னைவிடன்னு என்னோட இவனை ஒப்பிட றேன் பாருங்க... இவன் யாரு? முதல்ல இவனை இந்த இடத்தில இருந்து விரட்டணும். என் ஆபீஸ் பெண்களப் பார்த்துச் சிரிக் கிறான். என் மேஜைக்குப் பக்கத்தில் என் நாற்காலியைப் போட்டு நான் படிக்க வேண்டிய நீலப் புஸ்தகத்தைப் பிரிச்சு யார் யாருக்குப் பதவி உயர்வு, சிறப்புச் சம்பளம்னு படிக்கிறான்.

நீங்க 'நிறுத்தடா'ன்னு சொல்லலையான்னு கேக்கலாம்.

சொல்லலாம்னு நினைக்கிறேன். சொல்லாம வசீகரப்பட்டுக் கவனிக்கிறேன். ஏன்னு புரியலை; பார்த்துக்கிட்டே நிக்கிறேனே தவிர, ஏதாவது செய்யவேண்டாமா?

'டெலிபோன் கிளார்க் கலாவுக்கு நூறுரூபா சம்பள உயர்வு. கந்த சாமிக்குக் கைக் கடிகாரம்.' படிச்சுக்கிட்டே போறான். என்னை யாரும் ஏறிட்டுப் பார்க்கலை. இடம் தப்பி வந்துட்டமான்னு பார்க்க றேன். இல்லையே! என் ஆபீசுதான். இதோ ஓரத்திலே கடிகாரம், ட்யூப்லைட், வாட்டர் கூலர், மாலை போட்ட மாமா போட்டோ.

என் ஆபீசேதான்! இவங்க எல்லாரும் சேர்ந்துகொண்டு நான் வராத தைரியத்தில் கேலி பண்றாங்களா?

'க்கும்'னு கனைச்சுட்டேன். எல்லாரும் ஒரே சமயத்தில் திரும்பி என்னைப் பார்த்தாங்க.'

'ஏய், யார் நீ?'ன்னு நான் கேட்டேன்.

அதே சமயத்தில் அவனும் கேக்கறான்.

'ஏய், யார் நீ?'

எனக்கு இந்த இடத்தில் கொஞ்சம் குழப்பமா இருக்கு ஸார். அந்த இடம் என் ஆபீஸாத் தெரியலை. சட்டுனு வேற இடத்துக்கு வந்துவிட்ட மாதிரி தெரியறது. அது ஒரு மாதிரி சந்தா இருக்கு. மெலிசா பலாப்பழ வாசனையும் லேசான மூத்திர வாசனையும் அடிக்குது. கோவிலோட சம்பந்தப்பட்ட ஊர்மாதிரி தோணுது. ஏன் இப்படித் தோணுதுன்னு சொல்லத் தெரியலை. ஒரு பொண்ணு சுமார் இருபது வயசிருக்கும். அகலமா பொட்டு வெச்சுக்கிட்டு, காதில் லோலாக்கு, தலைநிறைய பூ, மாங்கா மாலை, ஒரு வடம் சங்கிலி எல்லாம் போட்டுகிட்டு, உக்காந் தாப்பலயும் இல்லாம, படுத்தாப்பலயும் இல்லாம, ஒரு பாதி நிலையிலே பாதி புன்னகையில என்னைப் பார்த்து 'நில்லுங்க! ராஜா!'ங்கறா. அது எதுக்கோ, ஞாபகம் வருது.

'அவ யாரு?'

'தெரியாது. கழுத்தில் ஒத்தவடம் சங்கிலியில் ஒரு தங்கச் சாவி தொங்குது. அது ஞாபகம் இருக்கு.'

'அப்புறம்?'

'அப்புறம் ஆபீஸ்தான்! திரும்ப வந்துட்டேன்.'

2

இது ஒண்ணும் பூர்வ ஜன்மத்துச் சமாசாரம், அது இதுன்னு இல்லை. ஆள் மாறாட்டமா? இல்லை. அதைவிட தீவிரமா வேறு ஏதோ கேஸ்னு முதல்லேயே எனக்குப் பட்டதுக்குக் காரணம், அந்த அறையில் அவனைச் சுத்தி நின்னவங்க என்னைப் பார்த்த பார்வையில் ஒரு பரிபூரண அன்னியனை எப்படிப் பார்ப்பாங்க அப்படி! அதுதான் உதைச்சது. அது ஒரு பெரிய நாடகம்னா, வருஷப் பிறப்பு ஜோக்னா, ஸ்டாஃப் அத்தனை பேரும் மாசக்கணக்கில ஒத்திகை பார்த்திருக்கணும். இது நாடகம் இல்லை. வேறு என்ன ஸார்...?

சாமிநாதன் 'உங்களுக்கு யார் வேணும்'ங்கறான். என் பி.ஏ. எட்டு வருஷம் சர்வீஸ். மகளுக்கு நான் பி.டி.யில ஷீட் வாங்கிக் கொடுத்தேன்.

'சாமிநாதன். என்னய்யா விளையாட்டு இதெல் லாம்?'

'அட என் பேர் தெரியுது இவனுக்கு! எப்படி?'ன்னு ஆச்சரியத்தில் சாமிநாதன் மத்தவங்களைப் பார்க்க, அந்த நடுவில் இருக்கிற ஆசாமி, 'அதானே; யாரப்பா நீ?' என்கிறான். மணி என் அருகில் வந்து, 'பாருப்பா. இது ஆபீஸ். தெருவில போறவங்க

உள்ளே நுழையக் கூடாது. உன்னை யாரு உள்ளே விட்டாங்க?' என்கிறான்.

'யாரு உள்ளே விட்டாங்களா? என்னடா கிராதகர்களா? எல்லோரும் சேர்ந்து விளையாடறீங்க! கலா என்னைத் தெரியலே? சாமிநாதன். ஏய் மணி! முதல்ல அந்த ஆளை விரட்டு. இந்தக் காரியத்துக்கு உங்க அத்தனை பேரையும் சஸ்பெண்ட் பண்ணனும். ஏய்... ஒதுங்குடா'ன்னு மேஜைக்குப் பக்கத்தில் போய் அவன் கோட்டைப் பிடிச்சேன். அவன் கலவரமா பயந்து மத்தவர்களைப் பார்க்க, மணி, 'ஏய் முதலாளி மேல கை வைக்காதே!' என்றான்.

முதலாளியாம்! அடப்பாவி.

'யார்யா இந்த ஆளு?'

'தெருவில் போற பைத்தியம்.'

'வெயில் பாருங்க!'

'முதல்ல அவனை ரெண்டு ஆளாப் புடிச்சு வெளியில தள்ளுங் கய்யா! பார்த்துக்கிட்டே நிக்கறீங்களே! முதலாளி மேலேயே கையை வைச்சுட்டான்.'

'போலீஸுக்குச் சொல்லுங்க.'

என் ரூமுக்குள் நுழையவே பயப்படறவங்க, என்னை நெருங்கி என் கையைப் புடிச்சு இழுத்து, தரதரன்னு தெருவில் தள்ளினாங்க ஸார்!

எனக்கு ஏற்பட்டது அதிர்ச்சி, குழப்பம் இல்லை. திடீர்னு பயம்! ஸம்திங் ராங்! ஏதோ ஒண்ணு உதைக்கிறது. செயின்ல ஏதோ ஒரு கண்ணி விட்டுப் போச்சு. இல்லாட்டா என் விசுவாசிகள் இந்த மாதிரி கனாவிலகூடச் செய்யமாட்டாங்க. அதுவும் மணி! சாமிநாதன்! அந்தக் கலா!

ஆபீஸ் வாசல்ல கூட்டம் கூடிட்டுது.

'என்னங்க?'

'யாரோ பைத்தியங்க. ஆபீஸுக்குள்ளே வந்து முதலாளிமேல கை வைச்சுட்டான்.'

'நான்தாண்டா முதலாளி!'

'பார்த்தீங்களா!'

'ஏதாவது நீக்கப்பட்ட தொழிலாளியா?'

'இல்லிங்க. முன்னேப் பின்னேத் தெரியாத அன்னியன்.'

'ஸார், நான் இந்தக் கம்பெனி டைரக்டர்! என் பேர் ஜவஹர் விட்டல். நான்தான் சொந்தக்காரன். அவங்க எல்லோரும் எனக்குக் கீழே உத்தியோகம் பார்க்கறவங்க.'

'இப்படித்தான் பாருங்க, மதுரையில ஒருத்தன் நான்தான் அறிஞர் அண்ணான்னு சொல்லிக்கிட்டு அலையறான்.'

'தண்ணிக் கேஸா?'

'இல்லீங்க. வெய்யிலு! சித்திரை மாசம் கத்திரி வெய்யிலு. தெருவுக்கு ஒண்ணு ரெண்டு பேருக்கு இந்தமாதிரி புடிக்கும். ஒம்பது மணிக்கு என்ன அனலு பாருங்க'

எனக்கு உடனே மனசுல ஒரு நிழல் தேவையா இருந்தது. நான் மேனேஜ்மெண்ட் படிச்சிருக்கேன். பீட்டர் டிரக்கரின் அத்தனை புஸ்தகங்களையும் கரைச்சுக் குடிச்சிருக்கேன். ஒரு சிக்கலான பிரச்னையை எப்படி அலசறது, தீர்வு காண்றதுங்கறதைப் பத்திப் படிச்சவன். தெரிஞ்சவன். அனுபவத்தில் கண்டவன்! இப்ப பிரச்னை என்னன்னு யோசிச்சுப் பார்த்தேன். போன அரைமணி நேரம் நடந்ததை என்னால் செரிக்க முடியலை. அவ்வளவுதானே! அவங்களுக்கு ஏன் புரியலை? நான்தான் ஜே. விட்டல். அது எனக்கு நல்லாத் தெரியும். என் மனைவியைக் கேட்டா சொல்வா. அன்லெஸ் காஃப்காவோட மெடமார்ஃபாஸிஸ் மாதிரி நான் ஒரு பெரிய பூச்சியா மாறுபட்டிருந்தாத்தான் கவலை. அதெல்லாம் ஃபேன்டஸி.

'ஒரு நிமிஷம் விட்டல்! இதெல்லாம் ஏன் ஃபேன்டஸியா இருக்க முடியாது?'

'இப்ப நான் சொன்னதெல்லாமா?'

'ஆமா!'

'விளையாடாதீங்க! சொல்றதை முழுக்கக் கேட்ட பிற்பாடு உங்களுக்குப் புரியும். குறுக்க பேசாமக் கேளுங்க.'

அப்ப என் பிரச்னை என்ன? என் ஊழியர்கள் ஏன் இந்த மாதிரி நடத்துக்கறாங்க? அம்பது பேருக்கும் பைத்தியமா? இருக்க முடியாது. வேணும்னே செய்யறாங்களா? எதுக்கு? என் கோபம் அவர்களுக்குத் தெரியாதா? அத்தனை பேரையும் டிஸ்மிஸ் பண்ணிட மாட்டேனா? பின்ன இது ஒரு சதியா?

சதிதான்! யாராலோ உந்தப்பட்டு, யாரோ சொல்லிக் கொடுத்தும் ஹூம், உதைக்குது. நடு வீதியில நிக்கறேன். அத்தனை பேரும் ஆபீஸ் வாசல்ல நின்னுண்டு என்னைப் பார்க்கற பார்வையில அடையாளம் சுத்தமா இல்லை. நடிக்கறாங்கன்னா அபார நடிப்பு. டில்லியில பரிசு கொடுக்கலாம்.

'மணி, சாமி, கலா, கிருஷ்ணா, வேணி! என்னைத் தெரியலியா உங்களுக்கு? சொல்லுங்க. நான் யாரு தெரியலியா? உங்க பைத்தியக்காரத்தனத்தோட குறிக்கோள் என்னன்னு புரியவே இல்லை. ஏதாவது விளையாட்டுன்னா சொல்லிடுங்க. உங்களை மன்னிக்கிறது வேற விஷயம். நான் இப்ப போலீஸுக்குப் போகப் போகிறேன்.'

சிரிப்பு! 'போலீஸுக்குப் போறாராமில்லே!'

'இவனுக்கு எப்படி வாத்யாரே நம்ம பேர் எல்லாம் தெரியுது?'

'அதானே! பைத்தியம் இல்லை, இவன். ஏதோ முன்கூட்டியே யோசனை பண்ணிக்கிட்டு வந்திருக்கான். ஏய் இந்த மாதிரி எத்தனை பேர் கிளம்பியிருக்கீங்க?'

'நாமளே ரிப்போர்ட் குடுத்திடலாம்.'

'விலகுங்க. முதலாளி வரார்.'

முதலாளி!

'என்னய்யா சொல்றான்?'

'இவன்தான் முதலாளியாம். போலீஸுக்குப் போறானாம்!'

'மிஸ்டர், நீதான் இந்தக் கம்பெனி டைரக்டரா? உனக்குத்தான் கட்டடம் சொந்தமா?'

'ஆமா.'

சிரிப்பு! ஒருத்தன் சிரிக்க, உடன் ஒருத்தன் சிரிக்க, பத்துப்பேர், நூறுபேர் சிரிக்க, அந்த பீட்டர்ஸ் ரோடு போக்குவரத்தே ஆயிரம் இரைச்சலா உலகளவு சிரிக்குது!

நான் சொல்லிக்கிட்டேன்: 'விட்டல்! எச்சரிக்கை! இந்தச் சமயத் தில் ஜாக்கிரதையா இரு. பேசாதே. இந்தக் கோளாறு உன் மனசிலா, இல்லை வெளி உலகத்திலா? அதை முதல்ல கண்டுபிடிக்கணும். சட்டம்தான் உனக்குப் பாதுகாப்பு தரும். அதுக்கு முன்னால உனக்குத் தேவை பாசம். உன் மனைவியோட அன்பு, மகளின் பிணைப்பு. புவனா, சோபாக்குட்டி, செல்வி, என் வீடு, என் உலகம், என் தோட்டத்து ரோஜாக்கள், என் மாமரத்து நிழல் வேப்பங்காத்து!'

டாக்ஸியில் வந்து இறங்கி பணம் கொடுத்துட்டு வாசல் கேட்டுக் கதவைத் திறந்து உள்ளே போறேன். ஜுலி வள் வள்ளுன்னு குலைக்குது. சங்கிலி இறுகறது...

'ஜுலி... ஜுலி... நான்தாண்டா!'

'யாரு?'

'நான்தான் புவனா! திற!' கதவும் திறந்தது. புவனா நிக்கறா. பக்கத்தில அந்தச் சண்டாளன்...!

3

உலகத்தில் உள்ள சித்திரவதைகளில் தலை சிறந்தது அந்தக் காட்சிதான் - என் மனைவியை மற்றவருடன் பார்க்கிறது. அதுவும் எப்படி, தோளோடு தோள் ஒட்டி உரசிக் கொண்டு. எனக்கு நாற்பத்தி சொச்சம் வயசாகிறது. எனக்கும் அவளுக்கும் ஏழு வயசு வித்தியாசம். இன்னம் அழகாகத்தான் இருக்கிறாள். சின்ன வயசில் அவள் எங்கள் வீட்டில் ஒரு பயந்த மான்போல் குடிவந்ததிலிருந்து அவளும் வாழ்க்கை யில் ஒவ்வொரு செகண்டும் என்னைச் சார்ந்தே இருந்திருக்கிறாள். நான் சொன்ன சேலையைத்தான் உடுத்தியிருக்கிறாள்! நான் சொன்ன சினிமாதான் பார்த்திருக்கிறாள்! நான் உசுப்பின சமயம்தான் வந்திருக்கிறாள்! உடன்பட்டு உடன்படுத்துப் பலனைப் பெற்றிருக்கிறாள்! இத்தனை வருஷங் களையும் என்னுடைய நிழலாகக் கழித்த அவள், இப்ப என்னடான்னா, அந்தச் சண்டாளனோடு சகஜமா நிக்கறா. மார்புப் புடவை விலகியிருக் கிறது. என்னைப் பார்த்து சரி செய்துக்கறா. எனக்கு உடம்பு பூரா அனலா தகிக்கிறது.

'புவனா, என்ன அது? யார் அது?' என்னை என் மனைவி பரிபூர்ண அன்னியனைப் போல்

பார்த்துட்டு, அந்தப் பரிபூர்ன அன்னியன்கிட்ட கேள்வி கேக்கறா. 'யாருங்க அது?' - கண்ணில் பயம்.

'அடேய்! நீ இங்கேயும் வந்துட்டியா? கந்தசாமி - எங்கே போயிட்டான்...?'

'புவனா! இந்த ஆசாமி ஆபீஸ்ல வந்து கலாட்டா பண்ணினான். துரத்தறதுக்குள்ள பெரும்பாடாப் போயிடுச்சு. இப்ப வீட்டுக்கும் வந்துட்டான்!'

'அது யாருங்க? என்ன வேணுமாம்?'

'என்னது! நான் உன் புருஷன்டீ!'

'அய்யய்ய... என்னங்க, இப்படி எல்லாம் சொல்றான். நான் உள்ள போய்டறேன்.'

'ஆபீஸ்ல நான்தான் டைரக்டர்ன்னான். இங்க வந்து நான்தான் கணவன்றான். பைத்தியத்தில எத்தனை வகை பாரு. நீ ஒரு காரியம் பண்ணு புவனா... போலீஸ் ஸ்டேசன் நம்பர் அட்டைல எழுதி வச்சிருக்கேன். டயல் பண்ணிடு...'

'அய்யய்ய... நான் மாட்டங்க... எனக்கு உடம்பெல்லாம் பதர்றது.'

'ஏய், நீ போப்போறியா இல்லியா?'

'என் வீட்டைவிட்டு நான் ஏன் போகணும்? நீ போ!'

சில வேளையில சிரிப்பாக்கூட இருக்கு. சித்ரா எங்க போனா? 'சித்ரா!'

சித்ரா வரா. என் மனைவியோட தங்கச்சி. அருமையான பொண்ணு. என்னப் பார்த்துச் சிரிக்கும். தோட்டத்தில உள்ள பூவைப் பார்த்து, நட்சத்திரம், பிச்சைக்காரன் எல்லாருக்கும் ஒரு கச்சிதமான சிரிப்பு. சுலபம் - சிரிப்பு.

'சித்ரா! வாம்மா... என்னைப் பாரும்மா. நான் - நானில்லை? நான்தான்! நன்னா இவங்கிட்டச் சொல்லும்மா' - ஏறக்குறைய அழுகையே வர்றது.

அதேசமயம் சோபாக் குட்டி வருது. என் பொண்ணு. என் சொந்த மக! என்னுடைய ஜீன். என்னுடைய க்ரோமஸோம். நான்

குளுப்பாட்டி பௌடர் போட்டு அலம்பித் துடைச்ச என் மக! எனக்கு இப்ப தாரை தாரையா கண்ணீர் பெருக ஆரம்பிச்சுடுச்சு! பெரியவங்க - இவங்க எல்லோரும் பொய் சொல்லுவாங்க! சதி பண்ணிட்டு, பேசி வெச்சுக்கிட்டு, நானில்லைன்னு பொய் பேசலாம். ஆனா இந்தக் குழந்தை சோபா... இதால பொய் சொல்ல முடியாது! இது இன்னும் கத்துக்கல. இதுக்குத் தெரியாது. கடவுளோட அம்சம் இன்னும் கொஞ்சம் பாக்கி யிருந்தது. அஞ்சு வயசில பொய் சொல்ல வராது.

‘சோபாக் குட்டி, என் செல்லமே! வந்தியா! நீ சொல்லுடா கண்ணா! நான் யாரு? நான் உன் அப்பா இல்லை! டாடி டாடின்னு கூப்பிடுவியே! கூப்பிட்டு இந்த தரித்திரத்த போலீசுக்கு நிரூபிச்சுக் காட்டு! நான் யாரு! நான் யாரு... சோபா சொல்லு.’

குழந்தை என்னை நேரா அகலமா பார்க்கறது. நிமிர்ந்து புவனாவைப் பார்க்கறது.

‘அந்த அங்கிள் யாரும்மா?’ நான் நிமிர்ந்து சித்ராவைப் பார்க்கிறேன். அவ சிரிக்கலே.

போச்சு! என் சகலமும் போச்சு! என் அடையாளம் போச்சு. நான் என்னை இழந்துட்டேன். எல்லோரும் சேர்ந்து நான் விட்டல் இல்லைன்னுட்டாங்க! நான் யார்?

‘கந்தசாமி! இந்த ஆளைக் கழுத்தப் பிடிச்சித் தள்ளு!’

‘ஏய் என்னைத் தொட்டுடுவியாடா நீ? உன்னை சின்ன வயசில இருந்தே தெரிஞ்சவன். என் காலடியில வளர்ந்த அடிமைப் பய நீ. என்னைக் கையெடுத்து அடிப்பியாடா நீ?’

‘போடாங்...!’

அந்த அடிமை நாய் என்னைக் கையால இழுத்து ரோடிலே கொண்டு தள்றான்!

நான் வீதில விழுந்து கத்தறேன். ‘ஏய்! உங்க எல்லாருக்கும் சொல்றேன். இது அநியாயம். இது மகாபாவம். நீங்க உருப்பட மாட்டீங்க! நாசமா போயிடுவிங்க!’

தெருவில் பத்துப் பதினஞ்சு பேர் கூடிப் போயிட்டாங்க. எல்லோரும் விசாரிக்கிறாங்க... ‘என்ன ஸார் ஆச்சு? கடன் கிடன் வாங்கித் திருப்பி கொடுக்கலியா?’

'இல்லை ஸார்! என் பொண்டாட்டியைக் குடுக்க மாட்டேங்க றாங்க! என் மகளைத் தர மாட்டேங்கறாங்க!'

'நீங்க யாரு?

'வரதன்! என்னைத் தெரியல?'

'தெரியலயே! யாரு?'

'நான் ஜவஹர் வீட்டல்! இந்த வீட்டுச் சொந்தக்காரன்... எஜமான்!'

'சரிதான்.'

'என்ன சரிதான்?'

'ஏய் வரதா! உனக்கு எதுக்குடா வம்பு?'

அது முற்றுப் பெற்ற, என்னைப் பூராவும் வெட்டிவிட்ட ரண சிகிச்சை. என் ஆபீஸ், என் மனைவி, என் மகள், என் சுற்றம், என் தெரு, என் நண்பர்கள் எல்லாரும் ஒன்று சேர்ந்து என்னை ஜவஹர் விட்டல் இல்லைன்னு, 'அது'ன்னு ஒரு அஃறிணையா மாத்திட்டாங்க! இதெல்லாம் எனக்கு ஏன் நடக்கிறது? அவங்க சொல்றமாதிரி எனக்குப் பைத்தியமா? சே! எனக்குப் பைத்தியமா என்ன? நான் கேட்டுக்கற கேள்வியே சொல்லலியா எனக்குப் பைத்தியமில்லைன்னு! எப்படி நான் பைத்தியமா இருக்க முடியும்? எனக்கு எதிரே இருக்கற இந்த வீட்டில எனக்கு ஒவ்வொரு மூலையும் தெரியும். என் பொண்டாட்டி உடம்புல இருக்கிற ஒவ்வொரு மச்சமும் தெரியும். மாடியில் இருக்கிற ஒவ்வொரு படமும் புஸ்தகமும் தெரியும். வரிசைப் படுத்தி யிருக்கிற விதம்கூடத் தெரியும் Criminal Justice, Fowler's Modern English, நாலடியார், 50 Minutes to Entebbe. எனக்கு ஏனோ குமட்டிக்கிட்டு வந்தது. பிளாட்பாரத்தில் வாயிலெடுத்தேன்.

யோசிச்சேன். ஆ! இதுதாண்டா வழி! நான் அன்னியனா இருந்தா வீட்டில் இவ்வளவு விவரம் தெரிஞ்சிருக்குமா? அவுங்க போலீசுக்குப் போன் பண்ணப் போறதா பயமுறுத்தினாங்களே தவிர செய்யல - அதுக்குப் பதிலா நான் போலீசுக்குப் போய், அந்த ஆள்மேல புகார் கொடுக்கப்போறேன். ஆமாம்! நான் யாருன்னு என்னால போலீசுக்கு நிரூபிக்க முடியும். ஸ்டேச னுக்குப் போயிரலாம்னு கிளம்பிட்டேன்.

‘அந்தப் பொண்ணை அப்புறம் நீங்க பார்க்கலியா?’

‘எந்தப் பொண்ணை?’

‘அதான் - அந்த நில்லுங்க ராஜாவை!’

‘பார்த்தேங்க! பார்த்து ஒரு நா ராத்திரி... அந்தக் கதையை அப்ப சொல்றேன். இப்ப போலீஸ்! என்ன?’

4

எல்லாம் ஸ்பஷ்டமா ஞாபகம் இருக்குன்னுட்டு நான் திருப்பித் திருப்பிச் சொல்றது உங்களுக்கு ஆயாசம் தரலாம். எரிச்சலாக்கூட இருக்கலாம். என்னுடைய குறிக்கோள் என் மன ஆரோக்கியத்தை உங்களுக்கு நிரூபிக்கிறதுதான். எனக்கு பைத்தியம் னுட்டு நீங்களும் தீர்மானிக்கக் கூடாது. அது எனக்கு ரொம்ப முக்கியம். அவ்வளவுதான்! ஒரு சில விஷயங்கள் ஒருத்தனுக்குப் புரியலைன்னா அவனைப் பைத்தியம்னு சொல்ல முடியுமா? அதுவும் ஒரு பைத்தியத்தால் இவ்வளவு சரியா நடந்ததைச் சொல்ல முடியுமா? அந்த போலீஸ் ஸ்டேஷன்ல இருந்த தீ பக்கெட், சிவப்பு பெயிண்ட், ஹெட் கான்ஸ்டபிளுடைய சைக்கிள், அதன் சக்கரத்தில் மத்தியில கொச கொசன்னு கலர் கலரா வளையம் மாட்டியிருந்தது... கான்ஸ்டபிள் வத்தக்காச்சி மாதிரி இருந்தான். டிராயர்தான் படகு படகா இருந்தது. எல்லாம் கரெக்டா சொல்றேன் பார்த்தீங்களா? (சிரிப்பு) சிரிக்காதீங்க. நான் என்னுடைய ஸானிட்டியை ஸ்தாபிக்கிறதுக்குத் தவிக்கிறது உங்களுக்குப் புரியுதா?

இன்ஸ்பெக்டர் கொஞ்ச நேரத்துக்கப்புறம்தான் கிரைம் புக்கிலிருந்து நிமிர்ந்து என்னைப் பார்த்தார்.

‘என்ன வேணும்?’

‘ஒரு பிராது கொடுக்கணும்.’

‘பேரு?’

‘ஜவஹர் விட்டல்.’

‘அட்ரஸ்?’

‘14, தாண்டவராயன் கோயில் தெரு!’

‘தாண்டவராயன் கோயில் தெரு. நம்ம ஜுரிஸ்டிக்ஷன்ல வருதா வடிவேலு? ஏ-த்ரீக்கு போல அது?’

‘இல்லீங்க. மார்ச்ல இருந்து நம்மதுதான்’ உள்ளேயிருந்து குரல்.

‘சொல்லுங்க! என்ன கேஸு, திருட்டா, கொள்ளையா?’

‘எல்லாம்; அதோடகூட ஆள் மாறாட்டம்!’

‘ஆள் மாறாட்டம்?’

இன்ஸ்பெக்டர் இப்போது என்னைச் சந்தேகப் பார்வை பார்க்க ஆரம்பித்துவிட்டார். இவரை நான் பார்த்திருக்கிறேன். வெய்ட் எ மினிட், ‘இன்ஸ்பெக்டர் நாம சந்திச்சிருக்கோம்! ஞாபகம் இருக்கா? பீட்டர்ஸ் காலனியில் ஒரு அகண்ட பஜனை நடந்ததே? அப்ப!’

‘இருக்கலாம். உங்க கேஸைச் சொல்லுங்க!’

விவரமாகச் சொன்னேன். நடு நடுவே போன் ஒலித்தது. ரெண்டு லிட்டர், மூணு லிட்டர் என்று கெரஸின் பற்றிப் பேசினார். நான் நிறுத்தி நிதானமா நடந்ததைச் சொன்னேன். கடைசில என்னை உற்றுப் பார்த்தார். சிரித்தார்.

‘ஏன் சிரிக்கிறீங்க?’

‘அதாவது உங்க மனைவி, நீங்க பெத்த பிள்ளை எல்லாம் உங்களை அடையாளம் கண்டுக்க மாட்டங்கறது?’

‘ஆமாம்!’

‘இதை என்னை நம்பச் சொல்றீங்களா?’

‘அதாங்க நடக்குது! நீங்க வேணா வந்து பாருங்களேன்! எல்லாரும் ஒண்ணா சேர்ந்துகிட்டு இப்படி சதி பண்ணினா, எனக்கு போலீஸ்ல பிராது கொடுக்கறதைவிட்டா வேறு வழி என்ன சொல்லுங்க?’

‘எப்படி அது சாத்தியம்? நீங்க சொல்றதைப் பார்த்தா நீங்க ஒருத்தர்தான் நிஜம், மத்தப் பேர் எல்லாரும் பொய் சொல்றாங்க. அப்படித்தானே?’

‘ஆமாங்க, அதான்!’

‘எப்படி சாத்தியம்?’

‘எல்லாரும் பேசி வைச்சிக்கிட்டா.’

‘அஞ்சு வயசுக் குழந்தைக்கூடவா?’

‘அதான் உதைக்குது.’

‘எதுக்காக அவுங்க இப்படிச் செய்யணும்?’

‘என்மேல ஏதோ ஒரு விதத்துல பழி வாங்கறாங்க. அல்லது என் சொத்துக்கு ஆசைப்பட்டு இப்படிச் சொல்லலாம்.’

‘எவ்வளவு இருக்கும் சொத்து?’

‘அது கிடக்குது நிறைய.’

‘சின்னக் குழந்தை சொத்துக்கு ஆசைப்பட்டு அப்பாவை அப்பா இல்லங்குமா?’

‘பின்ன ஏன் அவங்க அப்படிச் செய்யறாங்க!’ என்றேன் எரிச்சலாக.

‘என்னைப் பொருத்தமட்டிலும் எனக்கு ஒண்ணுதான் தெரியுது. உலகமே பொய் சொல்றதுங்கறதை நம்பறதுக்குப் பதிலா நீங்க ஒருத்தர் மட்டும் பொய் சொல்றீங்கன்றதை நம்பறது சுலபம். அதனால?’

‘அதனால?’

‘வேலையைப் பார்த்துக்கிட்டுப் போய்யா!’

‘இப்ப நீங்க என் கம்ப்ளெய்ன்டை எடுத்துக்கப் போறீங்களா இல்லையா? எனக்கு அதுக்கு உரிமை இருக்கா, இல்லையா?’

‘தாராளமா! வடிவேலு அய்யாவுக்கு ஒரு பேப்பர் கொடுத்துட்டு ஸ்டூலைப் போட்டு ஒக்கார வை. கம்ப்ளெய்ன்ட் ரிஜிஸ்தர் பண்ணிக்க, என்ன?’

வெயிட் எ மினிட்! எனக்குத் திடீர் என்று உதயமாயிற்று. சேச்சே! என்ன முட்டாள் நான்!

‘இன்ஸ்பெக்டர்! அந்த வீட்டு மாடியில் நானும் என் மனைவியும் எடுத்துக்கிட்ட போட்டோ இருக்குது. பார்த்தீங்கண்ணா நீங்க நம்புவீங்களா இல்லையா? கலர் போட்டோ. ஜி.கே. வேலு ஸ்டுடியோவில் எடுத்தது. நான் சாக்லேட் கலர்ல கோட்டு; அவ பச்சைப் பட்டுப் புடைவை... அதைப் பார்த்துட்டு அப்புறம் யாருக்கு ஸ்க்ரு லூஸ்னு நீங்க முடிவு பண்ணுங்க! நானே போய் நிரூபிக்கலாம்னா வீட்டுக்குள்ளேயே விடமாட்டேங்கறாங்க! அதனால போலீஸ் பந்தோபஸ்தோட போக விரும்பறேன். இதில உங்களுக்கு ஆட்சேபணை இருக்கக்கூடாதே!’

இன்ஸ்பெக்டர் தலையைச் சொரிந்து மறுபடியும் ‘வடிவேலு’ என்றார்.

‘வாங்க, போய்ப் பாத்துடலாம்’ என்றது வடிவேலுவின் குரல்.

மறுபடி என் வீட்டுக்கு நான் போலீஸ் துணையுடன் வந்தபோது மணி பன்னிரண்டு இருக்கும். உச்சி வெயில், கதவைத் திறந்தால் அந்தச் சண்டாளன் மறுபடியும்!

‘மறுபடியும் வந்துட்டியா? ஏனய்யா உன்னோட ரோதனையாப் போச்சு? கந்தசாமி, கந்தசாமி. அட போலீஸ்காரங்களை கூட்டிகிட்டு வந்தியா?’

‘ஸார்! உங்க பேரு என்ன?’ என்றார் இன்ஸ்பெக்டர்.

‘ஜவஹர் விட்டல்.’

‘நான்தான் ஜவஹர் விட்டல்’ என்றேன்.

‘காலைல இருந்து ஆபீஸ்ல இருந்து தொந்தரவு கொடுக்கறான் இன்ஸ்பெக்டர்.’

‘அதேதான் ஸார் என் கம்ப்ளெய்ண்டும்.’

‘சரிதான்! இருங்க. ஏம்மா உங்களைத் தொந்தரவு பண்றதுக்கு மன்னிச்சிக்குங்க! இந்த ஆளை உங்களுக்குத் தெரியுமா?’

‘தெரியவே தெரியாதுங்க!’

‘புவனேஸ்வரி, என்னம்மா இப்படிச் சொல்றே?’ என்றேன் அழாத குறையாக.

‘மாடியில் போட்டோ மாட்டியிருக்குன்னு சொல்றானே?’

‘என்ன போட்டோ?’

‘நீ உள்ளே போ புவனா!’

‘என்ன போட்டோ?’

‘இன்ஸ்பெக்டர் நீங்க போய்ப் பார்த்துட்டு வாங்க! நான் வாசல்லேயே நிக்கறேன். பார்த்துட்டு அப்புறம் பேசுங்க! நான் உள்ளே வரலை. என் வீடு இது. இருந்தாலும் உள்ளே வரலை.’

‘என்னங்க! அந்தப் போட்டோவை ஒரு தடவை பார்த்துக்க லாமா? மாடியில் மாட்டியிருக்குதாமே?’

‘தாராளமாக!’

‘கொஞ்சம் இருப்பா, வரேன்’ என்றார்.

நான் சந்தோஷத்துடன் ‘இருக்கேன்’ என்றேன்.

‘சரியாப் பாருங்க மாடிப்படி மொத்தம் பதினெட்டு படி. கீழே கார்ப்பெட் போட்டிருக்கும். நிலைக்கண்ணாடி இருக்கும். உள்ள போற ரூம் வாசல்ல மேலண்டைப் பக்கம் சாச்சு மாட்டி யிருக்கும்.’

‘சரி, சரி!’ இன்ஸ்பெக்டர் உள்ள போக, நான் வேப்ப மரத்து நிழலிலே நிக்கறேன். ஊஞ்சல் காத்திலே ஆடுது. இந்த வீட்டை ரிடையர்ட் ஃபாரஸ்ட் ஆபீஸர்கிட்ட கடன் கிடன் வாங்கி கட்டினது ஞாபகம் வந்தது. தச்சனை வெச்சு, ஆர்க்கிடெக்டை வெச்சு, கொத்தனை வெச்சு ரீ மாடல் செய்து, சௌகரியங்கள் பண்ணிக்கிட்டு கொஞ்சம் கொஞ்சமா இதை மாத்தினது ஞாபகம்

வந்தது. கண்ல தண்ணி வந்துடுச்சி. என் வீட்டில என் அடையாளத்தை ஸ்தாபிக்க முடியாம, உள்ளே நுழைய விடாம, அது என்னய்யா விரோதம்?

இன்ஸ்பெக்டர் சிரிச்சிப் பேசிகிட்டு வெளியிலே வரார். அந்தச் சண்டாளனும் கூட வர்றான்.

'என்ன இன்ஸ்பெக்டர் பார்த்தீங்களா?'

'பார்த்தேன்'னு அவனைப் பார்த்து சிரிக்கிறார்.

'போட்டோ இருந்ததா?'

'இருந்தது. சாக்லேட் கலர் கோட்டு, பச்சைப்புடவை எல்லாம் சரியாத்தான் இருந்தது.'

'பின்ன என்ன?'

'போட்டோவில் உள்ள ஆள்தான் நீ இல்ல! இவரு!'

'என்னது? இருக்கவே முடியாது. நீங்களும் சதி பண்றீங்க, உங்களுக்கும் லஞ்சம் வெச்சுட்டான். நான் போய் பார்க்கிறேன்.' உள்ளே ஓடினேன். இன்ஸ்பெக்டர் என்னைப் பிடிச்சு, போக விடாம தடுத்து, தரதரன்னு இழுத்து ரோடிலே கொண்டு தள்ளினார்.

'பாவிகளா, பாவிகளா'ன்னு கீழே உட்கார்ந்துக்கிட்டு அழுதேன்.

5

நடுத்தெருவில் அழற ஜாதி இல்லை நான். இதுக்கு முன்னால் என் வாழ்க்கையில் பலமுறை கொள்ளை போகிற விஷயங்களைச் சந்திச்சிருக்கேன். கம்பெனி திவாலாகி விடற நிலைமை ஒரு தடவை 1973-ல் வந்தது. சோபாவுக்கு ஜாண்டிஸ் வந்து ஒரு நூலிழையில் உயிர் ஊசலாடிக் கொண்டிருந்தது. அப்புறம் ஒரு மகன் பிறந்து ஒரு வயசில இறந்தான்.

இதெல்லாம் என் வாழ்க்கையில் ஏற்பட்ட டிராஜடி சமாசாரங்கள். இதற்கெல்லாம்கூட நான் வாய் விட்டு அழுததில்லை. இப்ப அழுதேன். என்னைச் சார்ந்த எல்லோரும் அழிச்சாட்டியமா நான் நானில்லை என்று சத்தியம் பண்றபோது திடீர்னு எனக்கு அந்தப் பயம் வந்துடும். அவங்க சொல்றது நிஜம்தானா? நான் நான் இல்லையா, பின்ன யார்?

சேச்சே! கேள்விக்கு தேவையே இல்லை. அவசிய மில்லாத கேள்வி. நான் ஜவஹர் விட்டல்தான். அதோ அந்த புவனாவுடைய கணவன். அவள் மார்பிலே இருக்கிற மச்சம் எனக்குத் தெரியாதா? தொடையில் காசகலத்துக்கு ஒரு தழும்பு தெரியாதா எனக்கு? சோபாவின் அப்பாதான் நான்! சோபா பிறந்து தொப்புள் கொடிகூட அறுக்காத

சமயத்திலிருந்து எனக்குத் தெரியாதா? என்ன பேத்தரானுக எல்லோருமாச் சேர்ந்துகொண்டு. ஹூம்!

ஆனா இவங்க என்னைப் பார்க்கிற பார்வையிலே பாசாங்கே இல்லையே! அதான் உதைக்குது! என்னை இவுங்களாலே அடையாளம் கண்டுபிடிக்க முடியலே. அட, இப்படி இருக்க லாமே? நான் காலையில எழுந்ததில் இருந்து என்னைக் கண்ணாடியிலே பார்த்துக்கவே இல்லையே! ஒரு வேளை முகஜாடை கம்ப்ளீட்டா மாறிடுச்சா? எதுக்கும் ஒரு தடவை பார்த்துக்கலாம்.

'புவனா உள்ள போய்க் கண்ணாடி கொண்டு வாயேன். ப்ளீஸ்!'

இன்ஸ்பெக்டர். 'போடான்னா!'

அந்தச் சண்டாளன், 'புவனாவாம்! என்ன உரிமையாக் கூப்பிடு றான் பாருங்க?'

'சோபாக்குட்டி, நீ போய் ஒரு முகம் பார்க்கிற கண்ணாடி கொண்டுவாம்மா?'

'மாட்டேன் போ!'

'செல்வி...'

'மறுபடி உன்னை கழுத்தைப் பிடிச்சு தள்ளணுமா?'

'வேண்டாங்க. நானே போறேன். ஆனா...'

'ஆனாவுமில்ல. ஆவன்னாவுமில்ல. போடான்னா...'

திக்பிரமையா நடந்தேன். எங்கே போறது. என் பேரை, என் அட்ரசை எல்லாத்தையும் அவுங்க கழட்டிவிட்ட பிறபாடு எனக்கு ஏது போக்கிடம்! ஏதோ கால்போன போக்கில் நடந்தேன். 'முத்து டீலக்ஸ் ஹேர் டிரஸ்ஸர்ஸ்'னு ஒரு போர்டைப் பார்த்துட்டு அதுக்குள்ளே நுழைஞ்சு, நேராப் போய் காலியா இருக்கிற சுழல் நாற்காலியில் உக்காந்து என் மூஞ்சியைக் கண்ணாடியில பார்த்துக்கிட்டேன். ம்ஹூம். ஒரு மாறுதலும் இல்லை. நாற்பதுக்கும் மேற்பட்ட வருஷங்களா பரிச்சயமான அதே முகம்தான். அதே மீசை. அதே ஒற்றை நரை. ஈன்னு இளிச்சுப் பார்த்தேன். அதே பல்லு, அதே ஓட்டை, அதே

கடவாப் பக்கத்துல தங்கம், சட்டையைத் திறந்து தோள் பட்டையில் அந்த மச்சம் இருக்கான்னு பார்த்துக்கிட்டேன்.

'என்ன ஸார்! கட்டிங்கா... ஷேவிங்கா?'

'இல்லைப்பா! முதுகுல இடது தோள்பட்டைக்குக் கீழே கருப்பா மச்சம் இருக்கான்னு பார்க்கணும்.'

'முதுகுல மச்சம் பார்க்கறதுக்கு பார்பர் ஷாப்புக்குள்ளே வந்தியா? போய்யா. சரியான கிராக்கிய்யா நீ. எந்திரி!'

முத்து ஹேர் டிரஸ்ஸிங்கில் அதிக நேரம் இருக்க முடியாததனால் வெளியில் வந்தேன். என்ன செய்யலாம்? எங்கே போகலாம்? எனக்கு முதல் பிரச்னை தங்க ஒரு இடம் வேணுமே! ஃப்ரெண்டஸ் பல பேரு இருக்காங்க. யார் கிட்டயாவது போகலாம். ஸ்டேட் பாங்க் ஆத்மாவும் இருக்கான். ஆனா மறுபடி பழைய ராமாயணம் அடியைப் புடிடான்னு ஆரம்பிச் சுடுச்சுன்னா?

'ஏய் ஆத்மா, நான்தாண்டா விட்டல்!'

'எக்ஸ்க்யூஸ் மீ... நீங்க யாரு? உங்களைத் தெரியாது!'

எனக்கென்னவோ அதுதான் நடக்கும்னு தோணிப் போச்சு. என்கிட்ட என்னவோ ஒண்ணு மாறிப்போச்சு! முகமில்லை... பின்ன என்ன?

அதாவது அப்படி இருக்கலாமோ? என் முகம் எனக்குத் தெரிகிற மாதிரி, அவுங்களுக்கும் தெரியறதா? இல்ல அவுங்களுக்கு மட்டும் வேற மாதிரித் தெரியறதா? பாத்துறலாமே!

கலா போட்டோ ஸ்டுடியோ. மூணு மணி நேரத்தில் பாஸ் போர்ட் போட்டோ டெவலப் செய்து கொடுக்கப்படும். நுழைஞ் சேன், கேட்டேன். ஸிக்ஸ் ருபீஸ் கேட்டான் அட்வான்ஸா. நல்ல வேளை, பைக்குள்ள ரெண்டு பத்து ரூபா இருந்தது. அட, இனிமே பணத்துக்கு என்ன பண்ணப் போறேன்? ஒரு பழைய ரோலிங் ப்ளெக்ஸில் என்னை உக்காத்தி வெச்சு க்ளிக் எடுத்துட்டு, கொஞ்சநேரம் பொறுத்து வரச்சொன்னான். நான் ஸ்டுடியோவை விட்டு வெளியே வந்தேன். எதுத்தாப்பல உடுப்பி ஹோட்டல். ஏகப்பட்ட சைக்கிள் நிக்குது. இந்தப் பக்கம்

சினிமாக் கொட்டகை. அதில் போய் உட்கார்ந்தேன். இந்திப் படம். அமிதாப் பச்சனுக்கு என்னப்போல சிக்கல்கள் இல்லை. அகலமா மார வெச்சுக்கிட்டு ரெண்டு ஹீரோயின். ரெண்டு பேரையும் இவனே லவ் பண்றான். டபுள் ஆக்டிங்.

எனக்குக்கூட யாராவது டபுள் ஆக்டிங் கொடுத்துட்டாங்களா? நான் நான்னு நினைச்சுக்கிட்டு இருக்கிற நான் நானில்லை. வேறு யாரோ ஒரு நான்!

ஓ! இன்னொரு குழப்பம் - வெளிலே வந்து சிகரெட் பத்த வெச்சுகிட்டு மூஞ்சியில தண்ணி அடிச்சுக்கிட்டு நல்லா துடைச்சுக்கிட்டேன். அந்த தியேட்டர் இருக்கிற பஜார்ல எதுத்தாப்பல ஒரு பெரிய துணிக்கடை. பகல்லயே பகட்டா விளக்கு. மரத்தடியில் பல கார்கள் நிறுத்தியிருக்கு. இந்தக் கடைக்கு நான் வாடிக்கையா வருவேன். சமீபத்துல சோபா வுக்குப் பட்டுப் பாவாடையும் புவனாவுக்கும் செல்விக்கும் புடவையும் எடுத்தேன். கடைக்காரன் கிட்டப்போய் சும்மா நிக்கலாம். என்னை அடையாளம் கண்டுக்கறானா பார்க்க லாம்னு நான் சாலையைக் கடந்து அந்தப் பக்கம் போறனா, அப்போ அவளை மறுபடியும் பார்த்தேன்.

'யாரை? செல்வியையா?'

'செல்வி இல்லை ஸார்! செல்வி என் மச்சினி. நான் பார்த்தது அந்தப் பெண்ணை. முதல்ல சொன்னனே... ஒரு பெயர் தெரியாத பொண்ணு, முகம் ஞாபகம் வந்தது. ஏதோ ஒரு இடத்தில், ஏதோ ஒரு வீட்டில், ஏதோ ஒரு கட்டில்ல.'

'நில்லுங்கள் ராஜாவேன்னு சொன்னாளே?'

'ஆ! அவதான். அவளைப் பார்த்தேன். கையில ஒரு பெரிய புடைவைப் பார்ஸலை மார்போட அணைச்சுக்கிட்டு ஒரு கார்ல முன் பக்கத்துக் கதவைத் திறந்து கொண்டு உள்ளே நுழையற சமயத்திலே...'

'ஏய்! ஏய்!' நான் கூப்பிட்டேன். அவ திரும்பலை. கையைத் தட்டினேன். ஒரு நாப்பது பேர் திரும்பிப் பார்த்திருப்பாங்க. அவளும் திரும்பிப் பார்த்தா. பார்த்த உடனே என் மூஞ்சியை அடையாளம் கண்டுகிட்டு என்னை நேரா நோக்கி ஒரு ஸ்மைல் அடிச்சுட்டு, கார்ல ஏறிக்கிட்டுப் போய்ட்டா.'

நான் 'ஏய், ஏய்'ன்னு அந்த கார் பின்னாடி ஒரு பத்தடி ஓடறேன்.

'கார் நம்பர் நோட் பண்ணிக்கிட்டீங்களா?'

'இல்லை. சட்டுன்னு தோணலை.'

அந்தப் புன்னகைக்கு அர்த்தம் என்ன? அவளுக்கு என்னைத் தெரியும்னுதானே! எனக்கு அவ யாருன்னு தெரியாது. பேர் தெரியாது. ஆனா அவ முகம் மட்டும் என் மனசுக்குள்ளே பதிஞ்சு இருக்கு... எனக்கென்னவோ என் வினோதமான உபாதைக்கு சிகிச்சை அவ கிட்டத்தான் இருக்குன்னு தோணுது! ஆனா பறந்து போயிட்டாளே!

'நில்லுங்கள் ராஜாவே!'

'ஆமா!'

'ராஜா என்ன ராஜா. அப்படி ஏதாவது செல்லப்பேர் உண்டா உங்களுக்கு?'

கிடையாது. போட்டோ ஸ்டுடியோவுக்கு போனா என் போட்டோவிலும் பழைய மூஞ்சிதான், வேறு மாறுதல் கிடையாது.

பார்க்கிலே போயி உட்கார்ந்து யோசிச்சேன்.

'அந்தக் கடைக்காரன் உங்களை அடையாளம் கண்டு கொண்டானா?'

'ம்ஹூம்... கவனிக்கவே இல்லை. என்னை ஊதுவத்தி வியாபாரிபோல் பார்த்தான். என்னை அடையாளம் கண்டு கொண்டு சிரிச்ச ஒரே ஒரு பொண்ணு அவ ஒருத்திதான் ஸார்! அவளும் கார்ல போயிட்டா! பார்க்கிலே உட்கார்ந்துகிட்டு தீவிரமா என் நிலையை யோசிச்சேன். எனக்கு என்னவோ எல்லோரும் சேர்ந்து சதி செய்யறாங்க என்கிற சித்தாந்தம்தான் திருப்பித் திருப்பி தோணிச்சு. ஒண்ணு செய்யலாம். ஓசைப் படாம வீட்டுக்கு இருட்டினதும் போய்ப் பார்க்கலாம். அவுங்க என்ன பேசிக்கிறாங்கன்னு ஒட்டுக் கேட்கலாம்.'

'ச்சீ... மறுபடி அந்த வீட்டுக்குப் போவாங்களா?'

‘வேற எங்க போவேன் நான்! அதானே என் வீடு. அதுலதானே என் வாழ்க்கை பூரா இருக்குது... ராத்திரி, பின்பக்கமா போயி, என் வீட்டில நானே சுவர் ஏறிக் குதிச்சு மொட்டை மாடியிலே நடந்து பெட்ரூம் ஜன்னல் வழியா எட்டிப்பார்க்கிறேன்.

என் படுக்கையில் என் மனைவியைக் கிடத்தி, அவள் மேலே இருக்கிற ஆடைகளை ஒவ்வொன்றாக கழட்டி...

விளக்கை அணைச்சுருங்கங்றா!

விளக்கு அணையுது.

மை காட்! என்னுள்ளே ஏற்பட்ட ஆவேசத்தில் மொட்டை மாடியில் துணி உணத்தறதுக்கு இருந்த கயிறை எடுத்துச் சுத்தி வெச்சுக்கிட்டேன். வலுவான கயிறு. ரெண்டு பேரையும் கொல்றதுக்கு இது போதும்.

6

கயிற்றை ரெண்டு முஷ்டிகளிலும் முறுக்கிக் கொண்டு அதை உபயோகிக்கத் தோதாக அமைத்துக்கொண்டேன். முதலில் அந்தச் சண்டாளனைக் கொன்று போட்டுவிட்டு அப்புறம் தான் புவனா. முதலில் ஜன்னலுக்குப் பக்கத்தில் இருந்த கதவு உள்பக்கம் சாத்தியிருந்ததால் கவலைப்படாம மூர்க்கத்தனமா அதில் தோளால் மோதினேன். தாழ்ப்பாள் சிதறிக் கதவு வெடிச்சித் திறந்து ஏறக்குறைய உள்ளே விழுந்துவிட்டேன்.

சமாளிச்சிக்கிட்டு எழுந்தேன். புவனா தன் புடைவையை அள்ளிச் சுருட்டுறா. பயத்திலே கிறீச்சுன்னு கத்திட்டு மூலைக்கு ஓடறா. நான் அவனை நெருங்கி 'அடேய்! என் வீட்டுக்குள்ளே வந்து என் மனைவியோடயா சல்லாபம் பண்றே. ஏண்டி! உனக்கு சுரணையில்லையா? நாய் ஜன்மமா? நல்ல குடும்பத்திலே பிறந்தவதானே? உங்கப்பன் கேட்டா எப்படி துடிச்சுப்போவான்! சோபாக்குட்டி பார்த்துதுன்னா எப்படி மனசு வெந்து போகும்? நீங்களெல்லாம் செய்றது நியாயமா? நீதாண்டா இதுக்கெல்லாம் காரணம்? உன்னை இன்னிக்குத் தீர்த்துட்டுத்தான் மறுகாரியம்.'

அப்படியே அவன் மேலே பாஞ்சு கயிற்றை கழுத்திலே மாட்ட றேன். தப்பிப் போய் தோளிலே மாட்டிக்கிறது. இறுக்கினேன்.

'அய்யோ! அய்யோ! போலீஸ்! போலீஸ்! புவனா ஓடிப்போய் யாரையாவது கூப்பிடேன்.'

'யாராவது வாங்களேன், யாராவது வாங்களேன்.'

'ஒண்டிக்கு ஒண்டி வாடா தைரியமிருந்தா...'

புவனா ஓடறா. என் சுருக்கு சரியா விழறது. அவன் கழுத்தை அப்படியே ஒரே நெரியா நெரிச்சு-

கொல்றதுக்குள்ளே பத்துப் பதினைந்து பேர் என் மேலே பாயுறாங்க. என்னைப் பிடிச்சு உதைக்கிறாங்க. எல்லாரும் சேர்ந்து தர்ம அடி அடிக்குறாங்க. போலீஸ் வரவரைக்கும் அடிக்கறாங்க. என் உடம்பு பூரா ஊமைக் காயம்.

ராத்திரி என்னைக் கைது பண்ணிக்கிட்டுப்போய் போலீஸ் கஸ்டடியில் வெக்கிறாங்க. அந்தப் போலீஸ் நிலையத்தில் எங்க கம்பெனி காலண்டர் தொங்கறது. இன்ஸ்பெக்டர் எனக்குத் தெரிஞ்சவன். ஆனா தெரிஞ்சதா காட்டிக்காம என்னைப் பூட்டிப் போட்டுவிட்டு, இன்ஸ்பெக்டரும் சண்டாளனும் எழுதி மாயறாங்க. அவன் கம்ப்ளெய்ண்ட் எழுதறான். இவன் கொடுக்க றான். நான் கன்னா பின்னான்னு கத்தினேன். பாய்ந்து வந்து குச்சியால அடிவயத்தில் குத்தினான். எனக்கு மறுபடியும் அழுகை வந்தது. வலிச்சது.

எட்டு மணிக்கு அப்புறம் அவர்களெல்லாம் போயிட்டாங்க. ஹெட் கான்ஸ்டபிள் தண்ணி கொண்டுவந்து தந்தான். பசிச்சது. மிச்சமிருந்த பத்து ரூபாயிலே ரெண்டு பேரும் பிஸ்கட் வாங்கித் தின்னோம்.

'எதுக்கய்யா அப்படி வெட்டி வம்பிலே மாட்டிக்கிட்டே. பாத்தா பெரிய மனுஷன் மாதிரி தெரியுறே. இப்படி இன்னொருத்தன் வீட்டில கதவைப் பேத்து நுளைஞ்சு பொம்பளைகிட்ட...'

'ஏட்டய்யா அது என் வீடு. என் கதவு. என் மனைவி!'

'சரிதான். கோர்ட் கேஸில்லை இது. ஆஸ்பத்திரி.'

நான் சொன்னதை நம்பறதுக்கு ஒரு ஆசாமி கிட்டமாட்டா னான்னு நான் அலர்றேன். மறுநாள் பிற்பகல்ல பிரஸிடென்ஸி மாஜிஸ்திரேட் கோர்ட்ல பிரிலிமினரியா விசாரிச்சாங்க. ஒரு பிராஸிக்யூடிங் இன்ஸ்பெக்டர், சின்னப் பையன், என்மேல கேஸ் ஜோடிச்சான். எனக்கு வக்காலத்துக்கு ஒரு வயசான ப்ரீஃப்லெஸ் லாயர் வந்தார்.

'பேரு?'

'ஜவஹர் விட்டல்.'

மாஜிஸ்ட்ரேட் மறுபடி காகிதங்களைப் புரட்டிப் பார்த்து 'இதுல யாரு பேருய்யா ஜவஹர் விட்டல்?'னு கேட்டார்.

'கம்ப்ளெய்ண்ட் குடுத்தவன் பேர்தான் ஸார்!'

'அப்ப டிஃபென்டன்ட்?'

'ஜவஹர் விட்டல்னு சொல்லிக்கிறான். உண்மைப் பெயரைச் சொல்ல மாட்டேங்கறான்.'

'ஏம்பா! உண்மையா உன் பெயர் என்ன சொல்லு? பயப்படாதே.'

'ஜவஹர் விட்டல்.'

'போச்சுது! என்னய்யா கேஸ் இது! சரி, அது ஜவஹர் விட்டல் நம்பர் ஒன். நீ நம்பர் டூ. சரியா?'

'நான்தான் சார் நம்பர் ஒன்!'

'சரி! நம்பர் ஒன் நீயே! சிரிக்கவேண்டிய விஷயமா இது, சொல்லு! நீ ஏன் அப்படி செஞ்சே?'

'யுவர் ஆனர். கேஸு இந்த ஆள்மேலதான் போடணும். என் மேல இல்ல. முதல்ல இவனை விசாரியுங்க. என் வீட்டில ஆக்கிர மிச்சுக்கிட்டு என் உடமைகள் சகலத்தையும் இவன் பறிச்சுக் கிட்டு, என் பேரையும் நீக்கி... என் மனைவியைக் கவர்ந்து கொண்டு...'

'என்னய்யா இது?'

'அந்தம்மாவையே கேக்கப் போறமுங்க. அவங்களும்தான் சாட்சி சொல்லப் போறாங்க!'

‘எல்லாரும் சேர்ந்து சதி செய்யறாங்க யுவர் ஆனர்!’

‘எதுக்கு சதி செய்யணும்?’

‘எனக்கு உடனே சொல்லத் தெரியலைங்க. ஆனா எல்லாரும் கூடிப் பேசி வெச்சுக்கிட்டு...’

'பழனிவேலு! இதுதான் கேஸா...?'

‘கேஸ் இது இல்லை யுவர் ஆனர். மிஸ்டர் ஜவஹர் விட்டலுடைய வீட்டுக்குள்ள புகுந்து ஒரு கயிற்றை எடுத்து அவர் கழுத்தை நெரிச்சுக் கொல்லப் பார்த்திருக்கிறான். இவனை செக்ஷன் ஐநூத்திப் பதினொண்ணுகூட முன்னூத்திப் பன்னெண்டிலயும் ட்ரை பண்ணப் போறோம்.’

‘நீங்க என்ன சொல்றீங்க. நம்பர் ஒன்?’

‘அபாண்டம், அபாண்டம்!’

‘ஆமா! நீங்கதான் விட்டல்ங்கறதுக்கு என்ன ஆதாரம்?’

‘கோவிச்சுக்காதீங்க. யுவர் ஆனர்! உங்க பேரு?’

‘கோவிந்தராஜுலு!’

‘நீங்கதான் கோவிந்தராஜுலு என்கிறதுக்கு என்ன ஆதாரம்?’

‘சுத்துப்பட்டவங்க எல்லாரும் என்னை அடையாளம் காட்டுவாங்க. என் மனைவி, மகன். எனக்கு ஐடென்டிட்டி கார்டு இருக்குது. பாஸ்போர்ட் இருக்குது.’

‘இவங்க, இவை எல்லாருமே ஒரு ஆசாமிக்கு மறுக்கப்பட்டு, உங்க உள் மனசுல மட்டும், உங்களோட ஞாபகங்களில் மட்டும் உங்களுடைய அடையாளம் பாக்கி இருக்கிற நிலையை உங்களால கற்பனை பண்ணிப் பார்க்க முடிஞ்சுதுன்னா அந்த நிலையில்தான் நான் இருக்கேன், யுவர் ஆனர்! ப்ளீஸ், நான் சொல்றதைக் கேளுங்க. சட்டமன்றங்களில் கிடைக்க வேண்டியது நியாயம். என் போல் ஒரு அப்பாவிக்குப் பாதுகாப்பு. உண்மையின் ஸ்தாபிதம். எனக்குத் தண்டனை கொடுத்தீங்கன்னா, அது எல்லாமும் கலைஞ்சுடும்.’

‘என்னய்யா, பழனிவேலு?’

'ஆள் கொஞ்சம் லூஸ்கூட ஸார். ஒரு மாதிரி பேசறான்.'

மாஜிஸ்ட்ரேட் முகம் கடுமையாகிறது. 'அப்ப செக்ஷன் 84-ல் வந்துரும். இவன்மேல நீங்க கேஸ் போட முடியாது!'

'ஸார்! பைத்தியமில்லை ஸார். பைத்தியம் மாதிரி பாவனை செய்யறான்!'

'எது எப்படியோ. சட்டம் தெரியுமில்ல உங்களுக்கு! என்னுடைய ரூலிங் அதுதான்... இவனை கவர்மெண்ட் மெண்டல் ஆஸ்பத்திரியில் பரிசோதனை பண்ணி ஒரு சர்ட்டிபிகேட் வாங்கி வந்துருங்க! ஆள் பைத்தியமில்லன்னு எழுதிக்கிடுங்க. ஃப்ரம் தி தர்ட் பிரஸிடன்ஸி மாஜிஸ்ட்ரேட் டு தி ஸூப்ரன்டெண்ட், மெண்டல் ஹாஸ்பிடல், கீழ்பாக். ரிப்போர்ட் வந்தப்புறம் கேஸ் தொடரலாம். என்ன?'

அந்த இன்ஸ்பெக்டர் சபிச்சுக்கிட்டே வந்தான். 'சரியான சாவு கிராக்கியா நீ!'

மத்தியானம் மறுபடி ஜெயில்ல கூட்டியாந்தாங்க. அங்கேயே ரெண்டு நாள் மேற்கொண்டு என்ன நடக்கப்போறதுன்னு தெரியாதபடிக்கு இருந்தேன். என்னைப்போல அண்டர் டிரையல்ஸ் நாப்பது பேரோட ஒரு ஹாலில் அடைஞ்சு கிடந்தேன். தரையில் படுத்துத் தூக்கமில்லாமத் தவிச்சேன். சோபாவுடைய ஞாபகம் வரும். புவனாவுடைய மூஞ்சி மிதக்கும். ஒரு சமயம் எனக்கே சந்தேகம் வரும். அவுங்க சொல்றது நிஜம்தானோ? நான் விட்டல் இல்லையா? விட்டல் இல்லாட்டி போனா நான் யாரு? வேறு ஏதோ பொட்டலா? எந்த ஊர் நானு? என் பேர் என்ன?

சே! சே நான் விட்டல்தான்! என் வீட்டிலே நுழைஞ்ச உடனே மல்லிகைக் கொடி வாசனை அடிக்குமே. அப்புறம் கொஞ்சம் செண்பக மரத்திலிருந்து வாசனை. வாசலில் புது செருப்பு தோல் வாசனை. கூடத்தில் ஊதுவத்தி வாசனை. சோபாக்குட்டி வாயை முகர்ந்து பார்த்தா தனி வாசனை. செல்வி போட்டுக்கிற சார்லி சென்ட் வாசனை... புறக்கடையில் மாட்டு மூத்திரம். அப்புறம் பலாப்பழ வாசனை. திருவிழா வாசனை. அந்தப் பெண் வாசனை!

'மறுபடி நில்லுங்க ராஜாவா?'

‘ஆமாம் ஸார்! அந்தப் பிம்பம் என்னை அடிக்கடி உறுத்தறது. அந்த மூஞ்சியை மறக்க முடியாது. அந்தச் சிரிப்பை மறக்க முடியாது. படுத்தாப்பலயும் இல்லாத உக்காந்தாப்பலயும் இல்லாத போஸில என்னைப் பார்த்துச் சிரிச்சு, ‘ராஜா’ங்கறா. அவ யாரு? அந்த உருவம் உறுத்திக்கிட்டே இருக்கு.’

‘ரெண்டு நாள் ஜெயில்ல. மூணாவது நாள் ஆம்புலன்ஸ் வண்டியில் பிரயாணம். ஆஸ்பத்திரியில் ரெண்டு மூணு நாள் கத்துக்குட்டி டாக்டர்கள் எல்லாம் நூற்றுக்கணக்கிலே கேள்வி கேட்டுப் பழுப்புக் காகிதத்தில் எழுதி எழுதி மாஞ்சாங்க. குண்டுக் கட்டாத் தூக்கிட்டுப் போய் வாயில எதையோ அடைச்சு ஷாக் கொடுத்தாங்க. ஊசி குத்தினாங்க! டாக்டர்! நான் படாத பாடு பட்டுக் கடைசியில உங்ககிட்ட கொண்டு வந்து சேர்க்கப் பட்டிருக்கேன். என் கதையைப் பூராவும் கேட்டீங்க! நீங்க ரொம்ப பெரிய டாக்டர்ங்கறாங்க. உங்களைப் பத்தி வியன்னாவில எல்லாம் பேசிக்கிறாங்களாம். எனக்கு என்ன ஆய்டுச்சு? இதை மட்டும் கண்டுபிடிச்சுச் சொல்லிடுங்க டாக்டர்... ப்ளீஸ்!’

7

க்ளிக்!

'டேப்ரெகார்டர் நின்றது. டாக்டர் விஜயகுமார் நிமிர்ந்தார். என்ன சொல்றீங்க?' என்றார்.

கணேஷ் வசந்தைப் பார்த்தான். 'என்ன சொல்றே?' என்றான்.

'வினோதமான கேஸ் பாஸ்!'

'அவ்வளவுதானா! டாக்டர் விஜயகுமார், நீங்க இந்த ஆளை டெஸ்ட் பண்ணிங்களா?'

'செய்தேன். ஹி இஸ் பர்ஃபக்ட்லி நார்மல்! அவனுக்குப் பைத்தியமில்லை.' கணேஷ் ஒரு சிகரெட் எடுத்துப் பற்றவைக்காமல் யோசித்தான். விஜயகுமார் தொடர்ந்து, 'ரிஃப்ளெக்ஸ் சரியா இருக்கு. ஐ க்யு சராசரிக்கு அதிகப்படியா இருக்கு. மனநிலையிலயும் எதுவும் விபரீதமா இருக்கிறதுன்னு சொல்லவே முடியலை. எல்லா டெஸ்ட்டும் பண்ணிப் பார்த்துட்டோம்!'

'ஜவஹர் விட்டல்!' என்றான் கணேஷ். வசந்த் பற்றவைத்தான்.

'பைத்தியமா பாவனை பண்றானோ?'

'ரொம்பக் கஷ்டம். அவன் பாவனைகூட செய்யலை! திரும்பத் திரும்ப ஒன்றையே சொல்லிக்கிட்டு வரான். நீங்கதான் கேட்டிங்களே! நான்தான் ஜவஹர் விட்டல். நான்தான் ஜவஹர் விட்டல். அவ்வளவுதான். ஒரே ராகம். ஒரே பல்லவி.'

'பாஸ் எனக்கு என்னவோ அந்த நில்லுங்கள் ராஜாவில ஏதோ சூட்சுமம் இருக்குன்னு படுது.'

'ஒரு பெண்ணைப் பார்த்ததை ஒண்ணு ரெண்டு இடங்களில் குறிப்பிட்டு அவ யாருன்னு தெரியலைன்னு சொல்லியிருக்கான். அவனோட குழப்பமான நிலையில் அது ஒரு கனவாகக்கூட இருக்கலாம்.'

'இன்கார்னேஷனா?'

'சே, மறுபிறவியில எனக்கு நம்பிக்கை இல்லை. என்னால ஒண்ணு மட்டும் சொல்ல முடியுது. நீங்க இப்ப டேப்பில் கேட்டிங்களே அது எல்லாத்தையும் அவன் எனக்கு முன்னால தான் சொன்னான். அவன் கண்ணில ஒரு துளி பொய் தென்படலே. அதீதமான ஆர்வம்தான் தென்பட்டது. தான்தான் ஜவஹர் விட்டல்னு ரொம்ப அழுத்தமா நம்பறான். அதை நாம நம்பறதுக்கு நிறைய நிறைய அடையாளங்கள் சொல்றான். நுணுக்கமா விவரங்கள் சொல்றான். பொண்டாட்டியுடைய அந்தரங்கமான அடையாளங்கள் சிலதைச் சொல்றான். தொடையில மச்சம் இருக்கு அவளுக்குங்குறான்.'

'சரிதான்' என்றான் கணேஷ்.

'மச்சம் இருக்கா நிஜமாகவே?' என்றான் வசந்த்.

'யாருக்குத் தெரியும்? ஆனா கோர்ட்டில இதைச் சொன்னாலும் சொல்லுவான்.'

கணேஷ் சுற்றிலும் பார்த்தான். புத்தகங்கள். The American Journal of Psychiatry, Delusion and Dream.

வசந்த் டேப்ரெகார்டரின் விசைகளைத் திருகி, அதை வேகமா எதிர்ப்பக்கம் ஓடவைத்தான். அதில் இருந்த வியூமீட்டர் நடன மாட, களபுளகக்கக்ன புளகளபளகச் என்றது. 'பட்.' நிதானித்துக் கொண்டு 'இது ஒண்ணும் பூர்வஜன்மத்துச் சமாசாரம் அது இதுன்னு

இல்லை. ஆள் மாறாட்டமா? இல்லை, அதைவிடத் தீவிரமா ஏதோ ஒரு கேஸ்னு...' களபுளகக்கள புளகளபளகக். 'அது ஒரு மாதிரி சந்தா இருக்கு. லேசா பலாப்பழ வாசனையும், லேசா மூத்திர வாசனையும் அடிக்குது. கோவிலோட சம்பந்தப்பட்ட ஊர் மாதிரி தெரியுது. ஏன் அப்படி தோணுதுன்னு சொல்லத் தெரியலை. ஒரு பொண்ணு, சுமார் இருபது வயசிருக்கும்!'

'பட்'

'ஒரு பொண்ணு, சுமார் இருபது வயசிருக்கும்!'

'பட்.'

'ஒரு பொண்ணு, சுமார் இருபது வயசிருக்கும்!'

வசந்த் அந்த இடத்தில் ஒரு சிறு காகிதத் துண்டை அடையாளம் வைத்து டேப்பைச் சுற்றினான்.

'இந்தப் பொண்ணு யாருன்னு தெரிஞ்சா நல்லது...' என்ற கணேஷ், 'டாக்டர்! நீங்க என்ன சர்ட்டிபிகேட் கொடுத்தீங்க அவனுக்கு?' என்றான்.

'ஆசாமி நார்மல்னுதான். மேஜிஸ்ட்ரேட் கோர்ட்டில ஒரே ஒரு கேள்விதான் கேட்டிருந்தாங்க. இந்த ஆசாமிக்கு மன ஆரோக் கியம் எப்படி? நல்லது, கெட்டதுன்னு பாகுபடுத்தக் கூடிய நிலையில் இருக்கானான்னு கேட்டிருந்தாங்க. இருக்கான்னு சொல்லிட்டேன்.'

'இப்ப அவன் எங்க இருக்கான்?'

'ஜெயில்ல. கேஸ் நடக்கப் போறது. கணேஷ், எனக்கு ஒண்ணே ஒண்ணு உறுத்துது. நான் நிறையப் படிச்சவன்தான். வெளி நாட்டிலே போய் எல்லா எழுத்தும் என் பேர்கூட சேர்த்துக் கிட்டவன்தான்! ஆனா இவன் கேஸில என்னுடைய அறிவுக்கும் திறமைக்கும் ஆள் பலத்துக்கும் அப்பாற்பட்ட ஒரு மனோ வியாதியா இருக்குமோன்னு ஒரு சந்தேகம் வரது. நிஜமாவே இவனுக்கு மனோவியாதியா? ட்ரீட்மென்ட் கொடுக்கணுமா? என்ன வியாதி இது! அம்னீசியாவா? நிச்சயமில்லை. ஸ்கீஸோ ஃப்ரினியாவா? நிச்சயமில்லை. இ.சி.ஜி. எடுத்துப் பார்த்துட் டேன். ஏன் கொஞ்சம் ஸோடியம் அமிட்டால்கூடக் கொடுத்துப் பார்த்துட்டேன்!'

‘எதுக்கு டாக்டர்?’

‘அது உண்மை சொல்லவைக்கும். எப்பவாவது யூஸ் பண்ணுவேன்! திரும்பத் திரும்ப நான்தான் ஜவஹர் விட்டல்!’

‘அதனால்?’

‘அதனால்தான் கணேஷ் உங்களைக் கூப்பிட்டிருக்கேன். நீங்க ரொம்ப பிஸி. எனக்குத் தெரியும். எனக்காக ஒரே ஒரு காரியம் செய்யணும் நீங்க!’

‘ என்ன?’

‘அந்த ஆளை ஜெயிலிலே போய்ப் பார்க்கணும்.’

‘பார்த்து?’

‘பார்த்து அவன்கூடப் பேசுங்க! உங்க மனசுல அவனைப் பத்தி என்ன தோணுதுன்னு எனக்குச் சொல்லுங்க! அவன் கேஸு கோர்ட்டுக்கு வரப்போவுது. அவனோட பேசி உங்களுக்கு அவன் பேசறது நிஜம்னு பட்டுதுன்னா அவன் கேஸை நீங்களே எடுத்து நடத்தலாம். எனக்கென்னவோ அவனை நார்மல்னு சர்ட்டிபிகேட் கொடுத்ததும் அதிக சந்தேகங்கள் வர ஆரம்பிச்சுடுச்சு. என்னடா தப்பாயிடுச்சா? நமக்குத் தெரியாம, நம் அறிவுக்கும் அப்பால வேற ஏதாவது இருக்கா? இவன் ஜவஹர் விட்டல் இல்லைன்னா, இவன் யாரு?’

‘அதை அவனே கேட்டுக்கறான் பாஸ்’ என்றான் வசந்த்.

‘சரி டாக்டர்! நான் போய் அந்த ஆளைப் பார்க்கிறேன் முதல்ல.’

‘அதான் நான் கேட்கறது.’

‘இந்த டேப்பை நாங்க எடுத்துக்கலாமா!’

‘தாராளமா!’

‘அப்புறம் திருப்பித் தந்துடறோம்.’

டாக்டர் விஜயகுமார் கணேஷையும் வசந்த்தையும் வாசல்வரை கொண்டுவிட்டார். ஹாலில் ஏழெட்டுப்பேர் காத்திருந்தார்கள். எல்லாரும் பணக்காரர்கள் என்று தோன்றியது. விஜயகுமார்

சர்க்கார் மென்டல் ஆஸ்பத்திரியில் சராசரியாக ஒரு மாதம் சம்பாதிப்பதை, இவர்களிடத்திலிருந்து ஒரு நாளில் சம்பாதித்து விடுவார் என்று தோன்றியது.

வெளியே எட்டு கார்கள் நின்றன. கணேஷ் தன் பியட்டைத் தேடினான். 'பை! எனக்குப் போன் பண்ணுங்க. எனக்கு இதில் ரொம்ப ஆர்வமா இருக்குது...'

கணேஷ் இரண்டாம் கியரிலேயே புறப்பட்டு ஒரு கையால் ஓட்டிக்கொண்டிருந்தான். மற்றதில் சிகரெட் வெற்றாகப் புகைந்தது. தாசப்பிரகாஷ் அருகில் டிராபிக் நிறுத்தத்தில், 'வசந்த், வாட் டு யூ திங்க்?' என்றான்.

'நில்லுங்க ராஜாவுல இருக்குது பாஸ் சூட்சுமம்.'

'அதில்ல வசந்த், திடீர்னு உன்னைச் சுத்துப்பட்டவங்க அத்தனை பேரும் சேர்ந்து அழிச்சாட்டியமா 'நீ வசந்த் இல்லை' என்று சொன்னாங்கன்னா, நீ எப்படி நீதான்னு நிரூபிப்பே?'

'எனக்கு என்னமோ ஒரு சின்னக் குழந்தை பொய் சொல்லும்னு தோணலை பாஸ். மத்தவங்க எப்படிப் போனாலும் குழந்தையைப் பொய் சொல்ல வைக்க முடியாது!'

'குழந்தை, நாய்.'

'ஆமாம். நாய்! அதுக்கு என்ன சொல்றீங்க? அந்த ஆள் நிச்சயம் விடறான்!'

'பின்ன ஏன் டாக்டர் விஜயகுமார் நம்மை இவ்வளவு அக்கறையா கூப்பிட்டு கேஸை எடுத்துக்கச் சொல்லணும்...?'

'அந்த ஆளைப் போய்ப் பார்க்கலாம் பாஸ். அப்புறம்...'

'அப்புறம்?'

'அவ்வளவுதான்! எனக்கென்னவோ இது ஏதோ ஓப்பன் அண்ட் ஷட் கேஸ¬ன்னு தோணுது. அவன் பைத்தியமில்லாம இருக்கலாம். வேறு ஏதோ பிளான் வெச்சுக்கிட்டு இருக்கலாம். விஜயகுமார் சொன்னதுக்காகப் பார்த்துட்டு வந்துரலாம்.'

'தொடையில் மச்சம் அவனுக்கு எப்படித் தெரிஞ்சிருக்கும்?'

'அதானே! ஆனா நிஜமாகவே மச்சம் இருக்கான்னு தெரிய லையே! நான் வேணா போய் விசாரிச்சுட்டு வந்துரவா?'

'சீ!'

'எங்க பாஸ் எக்மோர் பக்கம் திரும்பறீங்க? நாம ஜெயிலுக்குப் போகலியா?'

'அதுக்கு முன்னால ராஜேந்திரனைப் பார்க்கணும்!'

'எதுக்கு?'

'போலீசுடைய கோணம் என்னன்னு முதல்ல தெரியணும்!'

8

உதவி கமிஷனர் ராஜேந்திரன், 'வாங்க! எங்க இவ்வளவு தூரம்?' என்றார்.

'ஒண்ணுமில்ல சும்மாதான்!' என்றான் கணேஷ்.

'சும்மா நீங்க வரமாட்டிங்க. கேஸ் என்ன சொல்லுங்க. ரெண்டு காப்பி கொண்டுவரச் சொல்லுங்க முருகேசன்!'

கணேஷ் உட்கார்ந்தான். ராஜேந்திரனின் மேஜை மேல் இருந்த ஒரு பேப்பர் வெய்ட்டுக்குள் லண்டன் டவர் தெரிந்தது. 'இன்டர்போல் மூலமா ட்ரெய்னிங்குக்கு ஸ்காட்லண்டு யார்டு போயிருந்தீங்க போலிருக்கே!'

'ஆமாம்.'

'இதை வாங்கிட்டு வா, அதை வாங்கிட்டு வான்னு சொல்லுவாங்கன்னு ஓசைப்படாம புறப்பட்டுப் போய்ட்டிங்க.'

'சேச்சே! ஷார்ட் நோட்டீஸ்ல போகும்படியா ஆய்டுச்சு. உங்களுக்கு போன் பண்ணினேன். பெங்களூர் போயிருக்கிறதா சொன்னாங்க. என்ன

வேணும் சொல்லுங்க? இப்பக்கூட நம்ம கலிக் அனந்த நாராய ணன் போயிருக்காரு!'

'நாங்க என்ன கேட்கப்போறோம்! ரெண்டு ப்ளேபாய். ரெண்டு பென்ட்ஹவுஸ்!' என்றான் வசந்த்!

'அனந்த நாராயணன் அதெல்லாம் கொண்டுவர மாட்டாரு.'

'ராஜேந்திரன், ஜவஹர் விட்டல்னு ஒரு வினோதமான ஆசாமி கேஸ், ப்ரிலிமினரி ஹியரிங் சமீபத்தில முடிஞ்சு ஆள் ஜெயில்ல இருக்கான். கோர்ட்டில் அவன் கேஸ் வரப்போவுது.'

'கேஸ் என்ன சொல்லுங்க! நான் பார்த்திருப்பேனே.'

'தன் மனைவி, மக, சொத்து எல்லாம் இன்னொருத்தன் அபகரிச் சிட்டான்னு சொல்லி ஒரு ஆள் மேல பாஞ்சிருக்கான். ஐநூத்திப் பதினொண்ணில கேஸ் புக்காயிருக்கு...'

'மாஜிஸ்ட்ரேட்டு மென்டல் ஆஸ்பத்திரிக்கு ரெஃபர் பண்ணி சர்டிபிகேட்டு கேட்டிருக்காரு... அந்த கேஸ்தானே!'

'ஆமாம்.'

'நம்ம மாணிக்கவாசகம் பார்க்கறாரு. அதை நீங்க எடுத்துக்கப் போறீங்களா?'

வசந்த், 'ஆமாம்' என்றான்.

'இன்னும் தீர்மானிக்கலை' என்றான் கணேஷ் அதே சமயம்.

'எனக்கு முழு விவரமும் தெரியாது. உங்களுக்கு எப்படி பரிச்சயம்?' என்றார் ராஜேந்திரன்.

'டாக்டர் விஜயகுமார்னு மெண்டல் ஆஸ்பத்திரியில் ஆனரரி ஒருத்தர் நமக்குத் தெரிஞ்சவர். அவர்தான் இந்த ஆளைப் பரிசோதிச்சு அவனுக்குப் பைத்தியம் இல்லைன்னு சர்ட்டிஃபி கேட்டு கொடுத்திருக்காரு. இருந்தாலும் அவருக்கு ஒரு மாதிரி சந்தேகம் ஏற்பட்டு என்கிட்ட விவரமா அவன் சொன்னதை எல்லாம் டேப் போட்டுக் காட்டினார்.'

'நீங்க அவன் பைத்தியம்னு தீர்மானிச்சுட்டிங்களா? இன்ஸா னிட்டி செக்ஷன்ல வாதாடப் போறீங்களா?'

‘நாங்க இன்னும் ஆளையே பார்க்கலையே! பார்க்கறதுக்கு முன்னால போலீஸ் கேஸ் எவ்வளவு ஸ்ட்ராங்குனு உளவு தெரிஞ்சுக்க காத்திருக்கோம்’ என்று சிரித்தான் கணேஷ்.

‘ஸ்ட்ராங்கா இல்லாம நாங்க எடுத்துப்பமா கணேஷ்? மாணிக்க வாசகத்தைக் கொஞ்சம் கூப்பிடுய்யா.’

கணேஷ் சுதாரித்து உட்கார்ந்துகொண்டு, ‘என்னை நீங்க தப்பா எடுத்துக்கக் கூடாது. இந்தக் கேஸ்ல உங்களுக்கு எதிருல நான் வாதாடலாம். நான் ஒண்ணும் போலீஸ் கேஸுடைய ரகசிய சாட்சியங்கள் எதையும் கேட்கப்போறதில்லை. பொதுவா எந்தக் கோணத்தில் போலீஸ் இந்தக் கேஸை வாதாடப் போவுதுன்னு தெரியணும். அவ்வளவுதான்.’

‘தாராளமா! கணேஷ் எங்களுக்கு எதிரா வாதாடறாருன்னா நாங்களும் அதிகப்படியா உஷாரா இருக்கணுமே? எங்களுக்கும் நல்லதுதானே. அப்புறம் அந்த ப்ரியாவைப் பாத்தீங்களா? உடம்பெல்லாம் எப்படி இருக்குது? கொஞ்சம் எளச்சிருக்கிங்க!’

‘சிகரெட் ரொம்ப ஊதறார் ஸார்’ என்றான் வசந்த்.

‘நீ? பாபா-600 கிராம் எல்லாம் சேர்த்து நாலு ரூபாய்க்கு பீடா போடறே. ராஜேந்திரன், இந்த ஜர்தா பீடா கடைகளை எல்லாம் நீங்க ரெய்ட் பண்ணணும். ஒழிச்சுக் கட்டணும். நிறைய பேரு ஒப்பியம் அபீல்!’

மாணிக்கவாசகம் வந்திருக்கவே அவரை அறிமுகப்படுத்தினார் ராஜேந்திரன். இளையவராக இருந்தார். கண்களில் ஒரு துறு துறுப்பு இருந்தது. பற்றின கை வலுவாக இருந்தது. யூனிஃபார்ம் முறைப்பாகவும், பகட்டாகவும், பிரத்யேகமாகவும் இருந்தது.

‘மிஸ்டர் மாணிக்கவாசகம், கணேஷ் உங்க எதிர்த்தரப்பு.’

‘ஜவஹர் விட்டல் கேஸ்தானே? வெல்கம்’ என்று சிரித்தார்.

‘இன்ஸானிட்டி ப்ளீ செல்லுபடியாகுமா?’ என்றான் கணேஷ்.

‘ம்ஹூம். நடக்காது. டாக்டர் சர்ட்டிபிகேட் ஸ்ட்ராங்கா இருக்குது. அந்த ஆளுக்கு ஒண்ணும் இல்லை. ஹி இஸ் நார்மல்.’

‘பின் அவன் சொல்ற அடையாளங்கள் எல்லாம் பொருந்துதா?’

‘இல்லிங்க’ என்றார் மாணிக்கவாசகம் ராஜேந்திரனைப் பார்த்துக் கொண்டே.

‘போட்டோ ஒண்ணு அந்த அம்மாகூட எடுத்தது மாடியில மாட்டி இருக்குதுன்னு சொல்லியிருக்கான்!’

‘மிஸ்டர் கணேஷ்! நீங்க அந்த ஆங்கிள்ல வாதாட நினைச்சா, உடனே மறந்திடுங்க. நாங்க துப்புரவா செக் பண்ணிட்டோம்; கை ரேகை, எஸ்.எஸ்.எல்.ஸி. சர்ட்டிபிகேட்டு, போட்டோ எல்லாத்தையும் பார்த்துட்டடம். உங்க கிளையண்ட்தான் ஜவஹர் விட்டல்னு சொல்றதில ஆதாரமே இல்லை!’

‘அவன் இன்னும் எங்க கிளையண்ட் ஆகலை! ஆளையே இன்னும் பார்க்கலை.’

‘அப்ப எடுத்துக்காதிங்க. ஹோப்லெஸ் கேஸ். எங்கயாவது யாராவது நம்புவாங்களா ஸார்? பெண்டாட்டி, சின்னக் குழந்தை பெண், ஏன் அவுங்க வீட்டு நாய்கூட சதி பண்ணுது, என்னை அடையாளம் கண்டுக்க மாட்டேங்குதுன்னு வாதாடறான். இதே பல்லவி திருப்பித் திருப்பி, எந்தக் கோர்ட்டில செல்லும்?’ என்று ரசித்துச் சிரித்தார் மாணிக்கவாசகம்.

‘நீங்க பெண்டாட்டியையும் குழந்தையையும் சாட்சிக்கு கூப்பிடப் போறீங்களா?’ என்றான் வசந்த்.

‘எதுக்காக அவன் அந்த மாதிரிப் பொய் சொல்லணும்னு நினைக்கிறீங்க?’

‘யார் கண்டா? அவன் ஒரு லூஸோ என்னவோ?’

‘லூஸ்னா கேஸ் மாறிப் போவுதே.’

‘வாசகம், லூஸுங்கிற பேச்சையே எடுக்காதீங்க! ஆஸ்பத்திரியில சர்டிபிகேட்டு எடுத்திருக்கோம்!’

‘அவன் ஏதோ திட்டமிட்டுத்தான் செஞ்சிருக்கணும்.’

‘அவங்க வீட்டுக்குள்ள மாடில எத்தனை படி, அலமாரில புத்தகங்கள், அடுக்கியிருக்கிற வரிசை எல்லாம் சொல்லியிருக்கான், ராஜேந்திரன்.’

‘எதுக்காக?’

‘தெரிஞ்சு வெச்சுக்கிட்டு...’

கணேஷ் எழுந்து 'சரி நான் வரட்டுமா?' என்றான்.

வசந்த், 'இருங்க பாஸ்! காப்பி ஆர்டர் செஞ்சிருக்காரு' என்றான்.

காப்பி சாப்பிடும்போது ராஜேந்திரன், 'எடுத்துக்கப் போறீங் களா?' என்றார்.

'முதல்ல அந்த ஆளைச் சந்திக்கணும்.'

'அதென்ன சொன்னிங்க? ஜர்தா பீடா?'

மாணிக்கவாசகம் குறுக்கிட்டு, 'மைலாப்பூர்ல ஒரு கடையில யூப்பிக்காரன் அபின் சேர்த்து விக்கறான் ஸார், புடிச்சிப் போட்டாச்சு!'

'வரட்டுமா? ஆல் தி பெஸ்ட்' என்று கணேஷ் விடை பெற்றுக் கொண்டான். காரில், 'என்ன யோசனை?' என்றான்.

'சான்ஸே இல்லை. அவனை எதுக்குப் பார்க்கணும்னு தோணுது?'

'எனக்கு அவனை நிச்சயம் பார்க்க விருப்பமா இருக்கு. மணி என்ன? ஜெயில்ல விஸிட்டிங் அவர்ஸ் உண்டா?'

'ராஜேந்திரன் பேரைச் சொல்லிக்கிட்டு நுழையவேண்டியது தான்!'

சிறைச்சாலைக்கு அதிகம் சென்றதில்லை கணேஷ். டில்லியில் இருக்கும்போது சர்த்தார் சிங்கைப் பார்ப்பதற்கு திஹார் ஜெயிலுக்குப் போயிருக்கிறான். சென்னை மத்திய சிறைச் சாலைக்கு ஏதோ ஒரு தடவை போனதாக ஞாபகம். எல்லாமே புதிதாக இருந்தது. சூப்ரெண்ட் பரிச்சயமில்லாதவர். 'விஸிட் டர்ஸ்க்குன்னு தனியா நேரங்கள் இருக்கிறது தெரியாதா உங்களுக்கு?'

'தெரியும் ஸார்' என்றான் வசந்த்.

'பின்ன, வேளை கெட்ட வேளையில வந்திருக்கீங்களே?'

வசந்த் சூப்ரெண்டின் அலுவலகப் போர்டைப் பார்த்தான். ஸி.ராகவாச்சாரி என்று எழுதியிருந்தது. 'என்னமோ ஸார், ராஜேந்திரன் சொன்னார். ராகவாச்சாரியைப் போய்ப் பாருங்க. ஒப்ளைஜ் பண்ணுவார். நல்ல மனுஷர்ன்னு...'

'எந்த ராஜேந்திரன்? டி.ஸி.யா?'

'ஆமா.'

'இதை முதல்லேயே சொல்லப்படாதோ! ஏய் சிதம்பரம், இவங்களை அழைச்சுண்டு போ!'

'சிதம்பரம் ஆயுள் கைதி... பெண்டாட்டியைக் கொலை பண்ண வன்! கட்டின பசுவாட்டம் இருக்கான் பாருங்கோ. நல்ல நடத்தைக்காக கார்டு ட்யூட்டி கொடுத்திருக்கோம்.'

சிதம்பரம் வெட்கத்துடன் சிரித்தான்.

'கொஞ்சம் தள்ளியே வாப்பா சிதம்பரம்' என்று அவனைச் சற்று சந்தேகமாகப் பார்த்துக்கொண்டே நடந்தான் வசந்த்.

'யாரைப் பார்க்கணும்னு சொல்லலியே?' என்றார் ராகவாச்சாரி.

'ஜவஹர் விட்டல்னு அண்டர் டிரையல்.'

'இப்படி மின்னற்கவே இருக்கு பாருங்கோ ஹால், அதில இருக்கான்.'

அந்த ஹாலில் நாற்பது சமாதிகள் போல குட்டையான சிமெண்ட் மேடைகள் தெரிந்தன. கைதிகள் எல்லோரும் உட்கார்ந்த, படுத்த, உறங்கின, புரண்ட, முணுமுணுத்த நிலைகளில் இருக்க, இவர்கள் வந்ததும் அவர்களிடம் சற்று சுவாரஸ்யம் ஏற்பட 'ஜவஹர் விட்டல் யாருப்பா?' என்றான் சிதம்பரம்.

ஒருவன் மெதுவாக எழுந்திருக்க, 'உன்னை பார்க்க வந்திருக் காங்க.'

அவன் கம்பிகளுக்கு அருகில் வர, 'திறந்து விடறிங்களா சிதம் பரம். ஓடிப்போயிறமாட்டான். நான் காரண்டி' என்றான் கணேஷ்.

'சிதம்பரம், சோப்பு என்ன ஆச்சு?'

'சிதம்பரம் ரெண்டு நாளா பேதியாவுது, சூப்ரெண்ட்டுகிட்டச் சொல்லேன்.'

'சிதம்பரம்... சிதம்பரம்.' அவர்கள் ஒருத்தரையும் கவனிக்காமல் சிதம்பரம் அந்த ஜவஹர் விட்டலை மட்டும் சாமர்த்தியமாக ஒருக்களித்து திறந்து வெளியே விட்டான். நடந்தான்.

'ஹலோ!' என்றான் கணேஷ். 'வாங்க! அந்த மரத்தடிக்குப் போயிறலாம்.'

‘நீங்க யாரு?’ என்றான் வெளிவந்தவன்.

‘கணேஷ்!’

‘ஓ! கணேஷ். நீங்க. என் கேஸை எடுத்துக்கப் போறீங்களா கணேஷ்? கணேஷ் எல்லாரும் சேர்ந்துகிட்டு சதி பண்றாங்க! என்னை பந்தாடறாங்க கணேஷ்! என் மனைவி, மக, என் உறவுக்காரங்க. அக்கம் பக்கம்! எல்லாரும் சேர்ந்துக்கிட்டு சதி பண்றாங்க கணேஷ்! என்னை எப்படியாவது காப்பாத்துங்க.’ அவன் தன் சட்டையைத் தூக்கிக் கொண்டு கண்ணீரைத் துடைத்துக்கொள்ள, கணேஷ் அவனை ஏற இறங்கப் பார்த்தான்.

ஐந்தரை அடி உயரம். பதினைந்து நாள் தாடியில் ஒன்றிரண்டு நரை. அடர்த்தியான தலைமயிர் புருவங்கள் கம்பளிப் பூச்சிகள் போல. மீசை செப்பனிடப்பட்டால் நன்றாகவே இருந்திருக்கும். கண்களில் அதிகமான சோகம் இருந்தது. ஒரு இம்மிகூடப் பொய்யில்லை. நிஜமாகவே அழுது கொண்டிருந்தான். சட்டை நனைய மாலை மாலையாகக் கண்ணீர்விட்டு, பூ என்று அழுதான் ஜவஹர் விட்டல்.

‘முதல்ல அழுகையை நிறுத்துங்க விட்டல்.’

‘அப்பாடா! நீங்க ஒருத்தராவது நான்தான் ஜவஹர் விட்டல்னு நம்பறிங்களா?’

‘இன்னம் இல்லை, ஆனா நீங்க டாக்டர் விஜயகுமார்கிட்ட சொன்னதெல்லாம் கேட்டோம்.’

‘எப்படி?’

‘டேப்பில ரெகார்ட் பண்ணதை.’

‘ரெகார்ட் செய்தாரா என்ன?’

அவன் ஈரக் கண்களில் ஒரு ஆச்சர்யம் பளிச்சிட்டது.

‘அதிருக்கட்டும். நாங்க உங்களை விட்டல்னே கூப்பிடுறோம்.’

‘அதானே! என் பேரு ஜவஹர் விட்டல்.’

‘நாங்க உங்க கட்சி. எங்ககிட்ட நீங்க ஒரு பொய்யும் சொல்ல வேண்டியதே இல்லை.’

‘நான் ஏன் பொய் செல்லணும்?’

‘நீங்கதானே ஜவஹர் விட்டல்?’

‘ஆமாம்.’

‘உங்க மனைவியை...’

‘அந்தச் சண்டாளன் அபகரிச்சிருக்கான். அவுங்க ரெண்டு பேரும் ஒரே படுக்கையிலே படுத்திருக்கிறதைப் பார்த்ததும் எனக்கு உடம்பெல்லாம் பத்தி எரிஞ்சு... அப்படியே ஆத்திரம் வந்தது...’

‘அதெல்லாம் கேட்டுட்டோம். நீங்கதான் ஜவஹர் விட்டல். உங்க மேலே என்ன கேஸ் போட்டிருக்காங்க தெரியுமா?’

‘தெரியுமே! செக்‌ஷன் 511 அட்டம்ட் டு கமிட் எ கிரைம்!’

‘அது மட்டும் இல்லை, ஆள்மாறாட்டம்கூட போட்டிருப்பாங்க 420-ல். நீங்க சொல்கிற எதிர்வாதம் எந்தக் கோர்ட்டிலேயும் செல்லுபடியாகாது. நீங்க சொல்றபடி மனைவி, மகள் எல்லாருமே சதி செய்யறாங்கன்னா அதை எப்படி நிரூபிக்க முடியும்?’

கண்களைத் துடைத்துக்கொண்டான். ‘ஸார், நீங்க ஜி.கே வேல்ல போய்க் கேளுங்க! எங்க மேரஜ் போட்டோ. நானும் அவளும் எடுத்துக்கிட்டது. நெகட்டிவ் இருக்கும்.’

‘தேதி என்ன?’

‘மே மாசம் 25, 1967.’

‘போலீஸ்ல எல்லா ஃபோட்டோவும் பார்த்துட்டதா சொல்றாங் களே! அது நீங்க இல்லையாமே?’

‘போலீசும் பொய் சொல்றாங்க, கணேஷ்!’

‘எதுக்காக மிஸ்டர் விட்டல்! எதுக்காக?’

‘தெரியலியே!’ என்று கையைப் பிசைந்தான் அவன்!

‘மிஸ்டர் விட்டல்! அந்தப் பெண்ணைப்பத்தி ஒண்ணு ரெண்டு கேள்வி’ என்றான் வசந்த்.

9

மர நிழலில் மூவரும் நின்றுகொண்டிருக்க, அந்தப் பெண்ணைப் பற்றி வசந்த் உச்சரித்ததுமே ஜவஹர் விட்டலின் கண்கள் சற்று பல்பு போட்டன. சற்று வேகமாக மூச்சுவிட ஆரம்பித்தான்.

'மிஸ்டர் சந்தர், அவளை என்னன்னு சொல்றது...?'

'என் பேர் வசந்த்!'

'ஸாரி மிஸ்டர் வசந்த். அந்தப் பெண்ணை என்னன்னு நான் சொல்வேன்!'

'சொல்றதுக்கு இஷ்டமில்லை. வேண்டாம்.'

'அப்படி இல்லை. அவ யாரு, அவ பேரு என்ன, அவ நிஜமா, பொய்யா ஒண்ணுமே சொல்லத் தெரியலை எனக்கு. சொல்ல முடியலை!'

'சரிதான். அவளும் உங்க மாதிரி கேஸா?'

'கேஸ்ன்னா?' என்றான் சற்றுக் கோபத்துடன்.

'வர்ணனைக்கு அகப்படாத ஒரு புகை மாதிரி!'

'வசந்த், ஒரு நிமிஷம்' என்ற கணேஷ், 'மிஸ்டர், நீங்க அந்தப் பெண்ணைப் பத்தி அடிக்கடி வர்ணிச்சிருக்கீங்க. அது என்ன வசந்த்?'

‘சுமார் இருபது வயிசிருக்கும். அகலமா பொட்டு வச்சுக்கிட்டு காதில லோலாக்கு, தலைநிறையப் பூ, மாங்கா மாலை, ஒரு வடச் சங்கிலி....’

‘சரியான ஞாபக சக்திடா உனக்கு. பொம்பிளைன்னுட்டா போதும்!’

‘கேஸுக்கு உதவும்னு ஞாபகம் வெச்சிருக்கேன் பாஸ். வேணான்னா அழிச்சுடறேன்!’

‘இவ்வளவு விவரமா ஒருத்திய வர்ணிக்கறிங்க; அவ யாருன்னு தெரியாதுங்கறிங்க?’

‘கழுத்தில ஒத்த வடச் சங்கிலியில ஒரு தங்கச் சாவி!’

‘போதும் வசந்த்!’

விட்டலின் கண்கள் தூரப்பார்வை பார்த்துக்கொண்டிருக்க, அவன் தன் ஞாபக சக்தியை அதன் பிரயத்தன எல்லைகளுக்குக் கொண்டு சென்று மிகமிக அவள் பெயரையோ விலாசத்தையோ மற்ற விவரங்களையோ தேடுகிறான் என்பது தெரிந்தது.

மெலிதாக அவன் கண்களில் நீர் நிறைந்தது. ‘மிஸ்டர் கணேஷ் அவ யாரு?’

கணேஷ் வசந்தைப் பார்த்து ‘யார்றா?’ என்றான்.

அவன் தொடர்ந்து ‘ஆனா அவ யாருன்னு கண்டுபிடிச்சிட்டா அவகிட்ட... என் சமீப காலத்து வினோத நிகழ்ச்சிகளுக்கு ஒரு காரணம் கிடைக்கலாம்னு தோணுது!’

‘எப்படி?’

‘அவ ஒருத்திதான் என்னை அடையாளம் கண்டுகொண்டு என்னைப் பார்த்துச் சினேகமா சிரிச்சா!’

வசந்த், ‘சிரிச்சா போறாது; அட்ரஸ சொல்லலையே. அவளை ஒரு தடவை ஒரு தியேட்டர் முன்னால பார்த்ததாகச் சொன்னிங்களே! அது எங்கேன்னு சொல்ல முடியுமா? இல்லை அதுகூட காத்துதானா?’

‘இல்லைங்க, பாண்டி பஜார்ங்க... பாண்டி பஜார்ல வெச்சு அவளை அப்பப் பார்த்தேன்...’

'சரி, பாண்டி பஜார்ல வெச்சுப் பார்த்திங்க. அப்புறம்?'

'என்னைப் பார்த்துச் சிரிச்சிட்டு, நிப்பாட்டியிருந்த ஒரு காருக்குள் ஏறிட்டுப் போயிட்டா.'

'அவ்வளவுதானா அடையாளம்?'

'ஆமா.'

'கவலைப்படாதிங்க. வசந்த் கண்டுபிடிச்சிருவான்!'

'அப்படியா. மிஸ்டர் வசந்த்! நீங்க அந்தப் பெண்ணை மட்டும் என் முன்னால் கொண்டு வந்து நிறுத்திட்டிங்க...'

'சே! அவரு சொல்றாரு. எப்படிங்க சாத்தியம்? ஒரு பொண்ணு, அவளைப் பாண்டி பஜார்ல வெச்சுப் பார்த்தேன், லோலாக்குப் போட்டிருந்தா, சிரிச்சா, நில்லுங்கள் ராஜாவேன்னா, அவளைக் கண்டுபிடிச்சு கொண்டுட்டுவான்னா சாத்தியமாகிற காரியமா? ஹேவ் எ ஹார்ட் பாஸ்!'

'பின்னே அட்ரஸ், பேர், வீட்டுக்கு அடையாளம், ரோடு, எல்லாம் குடுத்துக் கண்டுபிடிக்கணும்னா வசந்த் எதுக்கு?'

'இருந்தாலும் இது சான்ஸே இல்லை பாஸ். நான் ஆடறேன்! ஐ ஸ்வே! அம்பேல் நானு.'

'மிஸ்டர்... பேர் என்ன சொன்னீங்க? விட்டல்?'

'பாத்தீங்களா! உங்களுக்கும் சந்தேகம் இருக்குது... என் கட்சி வக்கீலே நான் விட்டல்ங்கிறதை நம்பலை!' மறுபடி அவன் கண்களில் கண்ணீர்.

'சேச்சே, நீங்க விட்டல்தான்! நான் நம்பறேன். இதுக்காக அழாதீங்க. உலகத்திலே பல்வேறு விஷயங்கள் இருக்குது அழ.'

'நான் என் பேருக்காக மட்டும் அழலை மிஸ்டர் கணேஷ். என் பேரோட பறிபோன சகலத்துக்கும் சேர்த்து வெச்சுப் பதினஞ்சு நாளா ஜெயிலிலே அழுதுக்கிட்டு இருக்கேன். நான் விட்டல் இல்லைன்னா எப்படி ஸார்? எங்க வீட்ல ஹால்ல மாட்டி யிருக்கிற தாத்தா படத்துக்குப் பின்னால, சுவத்திலே காரை பேர்ந்தாப்பல ஒரு இடம் இருக்கு. அந்த இடத்தில் ஒரு

ஓரத்திலே ஒரு சின்ன ஸ்டிக்கர் ஒட்டியிருக்கும். அதில் போய்ப் பாருங்க! எப்படி ஸார் அது எனக்குத் தெரிய முடியும்?'

'சரிதான். சரிதான். சொல்லிட்டிங்க, நிறைய. அந்த வீட்டில அடையாளம் சொல்லிட்டிங்க!'

'வீட்டில மட்டும் இல்லை; என் மனைவி உடம்பில் இருக்கிற மச்சம் தெரியும் ஸார், எனக்கு என் மக சோபாக் குட்டிக்கு வயத்தில தொப்புளுக்கு மேல ஒரு சென்டி மீட்டர் அகலத்திலே ஒரு மச்சம். பின் முதுகில ஒரு தேமல்.'

'செல்விக்கு ஏதாவது அடையாளம் காட்ட முடியுங்களா?'

'யாருக்கு?'

'ஷட் அப் வசந்த்! மிஸ்டர் விட்டல்! நீங்க காட்டற அடையாளங்கள் எல்லாம் பின்னால கேஸ் நடக்கிறபோது காட்டலாம். கவலைப்படாதீங்க! அதுக்கு முன்னாடி, அவுங்க ஏன் இப்படி உங்களுக்கு எதிரா உங்களை அடையாளம் கண்டுக்காம, எல்லாரும் நீங்க சொல்ற மாதிரி, சதி பண்றாங்கன்னு கண்டு பிடிக்கலாம். அதுக்கு முந்தி ஒரு விஷயம். உங்க பெயிலுக்கு ஏற்பாடு பண்ணனும். ஜாமீன் கொடுக்க யாராவது இருக்காங் களா?'

'எனக்கு எங்க பேட்டை பூரா ஜாமீன் கொடுக்கும், மிஸ்டர் கணேஷ். ஆனா நிலைமையைப் பார்த்தா என்னை அவுங்க ஒருத்தரும் அடையாளம் கண்டுக்க மாட்டாங்கன்னுதான் தோணுது. அவ்வளவு ஊடுருவிப் பாஞ்ச சதி இது. சினேகிதங்க, உறவுக்காரங்க, போலீஸ்...'

'ஏன் உங்க வீட்டு நாய்கூட!'

'ஆமாங்க! என்னைப் பார்த்தா குலைக்குது, சனியன்! எவ்வளவு இறைச்சி போட்டிருக்கேன்?'

'பாஸ்! முதல்ல நம்ம கேஸ் பெயில்ல போட பிளானப் பார்க்கணும்.'

'அது போலீஸ் வழக்கைப் பொருத்தது. கமிட்டல் ட்ரையல் தானே இதுவரைக்கும் நடந்திருக்கு. சரி மிஸ்டர் ஜவஹர் விட்டல், நாங்க மறுபடி உங்களை வந்து சந்திக்கிறோம். முதல்ல

உங்களை ரிலீஸ் பண்றதுக்கு வழியைப் பார்க்கறோம். கவலைப் படாதீங்க. தைரியமா இருங்க.'

விட்டல் கொஞ்ச நேரம் கணேஷின் கையைப் பிடித்துக் கொண்டு தேம்பினான். கண்களில் ஒத்திக் கொண்டான். பதினஞ்சு நாளா, பதினஞ்சு நாளா என்று ஆரம்பித்து, அதற்குமேல் பேச முடியாமல் வார்த்தைகளைக் கண்ணீரில் கரைத்தான்.

அதில் எங்கே பாசாங்கு!

சூப்ரெண்டுக்கு நன்றி சொல்லிவிட்டு, காரைத் திருப்பி பின் சென்று கியர் மாற்றி, முன் சென்று ஃபியட்டுக்கு உரித்தான சீறலில் பாலத்தைக் கடந்து, வலது பக்கம் திரும்பி சென்ட்ரலைக் கடந்து...

'விட்டுற வேண்டியதுதான்!'

'என்ன?'

'கேஸை விட்டுற வேண்டியதுதான். தலை சுத்துது.'

'வசந்த்! அவன் பொய் சொல்றான்னு நினைக்கிறியா?'

'இல்லை! அதான் எனக்குத் தலை சுத்துது. ரெண்டு கட்சியும் நெஜம் பேசினா எந்தக் கேஸூம் தாங்காது.' வசந்தின் இன்றைய பொன்மொழி. 'இன்னிக்குத் தேதி என்ன?'

'நில்லுங்கள் ராஜாவே.'

வசந்த் மெதுவாக இந்த வார்த்தைகளைச் சொல்லிப் பார்த்தான்.

'நில்லுங்கள் ராஜாவே!' - மறுபடி,

'சொல்லுங்கள் ராஜாவே கொஞ்சம்.'

'கிள்ளுங்கள் ராஜாவே... தனியே தள்ளுங்கள் ராஜாவே...'

'நிறுத்துங்கள் ராஜாவே!' என்றான் கணேஷ். 'ரொம்ப ஓவராப் போறீங்க ராஜாவே!'

'பொயட்ரி பாஸ்! ப்யூர் பொயட்ரி!'

'நம்பர் ஒன், போலீஸ் கேஸ் என்ன?'

‘அதான் தெரியுமே! இந்த ஆள் வீட்டுக்குள்ள ஜன்னலையோ கதவையோ உடைச்சு, நுழைஞ்சி, அவுங்க ரெண்டு பேரும் படுத்துக்கிட்டிருக்கிறபோது... அவுங்களைக் கொல்ல முயற்சித்தது.’

‘கணவனும் மனைவியும் படுத்துக்கிட்டு இருக்கிறபோது...’

‘அவுங்க கணவன் மனைவி இல்லைன்னா, இவன் செஞ்சதுக்கு இமோஷனலா உணர்ச்சிப்பூர்வமான காரணம் ஏற்படுது!’

கணேஷ் மௌனமாக இருந்தான்.

‘என்ன பாஸ் கொயட் ஆய்ட்டிங்க?’

‘இல்லை வசந்த். கேஸ் அவ்வளவு சுலபமில்லை. இவன் சொல்றதும் நிஜம். படுத்திருந்தவங்க ரெண்டு பேரும் கணவன் மனைவிதான். இந்த ரெண்டு ஸ்டேட்மெண்டுக்கும் பொருந்த றாப்ல ஒரு...

‘எப்படி பாஸ் சாத்தியம்? இவன் சொல்றது நிஜம்னா அவங்க ரெண்டு பேரும்... ஓ! நீங்க நினைக்கிறது எனக்குப் புரியுது!’ என்று விசிலடித்தான் வசந்த்.

‘முதல்ல அந்தப் பொண்ணு யாருன்னு கண்டுபிடிக்க முடியுமா, விவரத்தை வெச்சுக்கிட்டு.’

‘டாக்டர் விஜயகுமார்கிட்ட அந்த டேப் ரீலைக் கேட்டு மறுபடியும் போட்டுப் பார்க்கணும்.’

‘அது ஒண்ணும் பிராப்ளம் இல்லை. நாமளே ஷ்யூரிட்டி கொடுக்கலாம்!’

‘ஆமாம்’ என்றான் கணேஷ்.

மூன்றாம் நாள்...

‘ஓகே. ஓகே! எவிடன்ஸ் என்ன சொல்றாங்க. முழுக்கப் படிக்க வேண்டாம்.’

‘ரொம்ப துப்புரவாத்தான் போலீஸ்காரங்க விசாரிச்சிருக்காங்க. ரெண்டு பேர் கையெழுத்தையும் எடுத்து ஜவஹர் விட்டலோட ஒரிஜனல் டாக்குமெண்ட்ஸ் இருக்கிற கையெழுத்துடன்

ஒப்பிட்டு பார்த்து... நம்ம ஆள் கையெழுத்து வேறுன்னு சாட்சி வச்சிருக்காங்க. அப்புறம் அந்த புவனா, அப்புறம் அந்த பாப்பாகூட சாட்சி சொல்லத் தயாரா இருக்கு. செல்வின்னு அந்த ஆளுக்கு ஒரு சிஸ்டர் இன்லா இருக்கு. விசாரிச்சேன். கிட்டப் போய் டைம் கேட்டேன். சும்மா நின்னு விளையாடுது பொண்ணு. ஸ்டாண்டிங் அண்ட் ப்ளேயிங்.'

'சரி, விவரங்கள் சேகரிச்சியா?'

'ஓ! செஞ்சேன் பாஸ்!'

'அப்புறம் அந்தப் பொண்ணு...'

வசந்த் உதட்டைப் பிதுக்கினான்.

'ம்ஹூம்... இதுவரைக்கும் கண்டுபிடிக்க முடியலை. பாண்டி பஜார்ல ஹெரால்டு கார்ல தங்கத்தில் கழுத்துல சாவியை மாட்டிக்கிட்டு ஒரு பொண்ணு ஏறுதா அல்லது இறங்குதான்னு கண்டுபிடிக்கிறது எவ்வளவு கஷ்டமான வேலைன்னு இப்ப தான் தெரியுது. மூணு நாள் ட்ரை பண்ணிப் பார்த்துட்டு இதைவிட முட்டாள்தனமான வேலை இருக்க முடியாதுன்னு தீர்மானிச்சுட்டேன். அதுக்குப் பதிலா ஹலால் மீட் வெட்ட லாம்!'

'அதான் ஒரு ஜர்தா பீடா போட்டுக்கிட்டு திரும்ப வந்துட்டியா?'

'பீடாலேயே வர்றிங்களே! பழக்கத்தையே விட்டுட்டேன் பாஸ்!'

'அட! எப்பலேர்ந்து?'

'பத்து நிமிஷமாச்சு!'

வசந்த் காகிதங்களைப் பரப்ப, கணேஷ் அவனைக் கண் கொட்டாமல் பார்த்தான். போர்டில் எஸ்.பி.ஸி.எல். என்று எழுதியிருந்தான்.

அவன் பார்ப்பதைப் பார்த்து 'லாயர்ஸ்' என்றான் வசந்த் சிரிக்கா மல். தலை கலைந்து அதை வாருவதைப் பற்றிக் கவலைப் படாமல், ஜீன்ஸ் அணிந்து வாயில் சிகரெட் தொங்க வேலை என்றால் ஒரு அரக்கத்தனத்துடன் இயங்கும் இந்த இளைஞனை நான் எப்படிக் கண்டுபிடித்தேன்!

‘மை காட், ஐம் லக்கி!’

‘வசந்த் அந்த விளம்பரம் வந்துருச்சா?’

‘இன்னிக்குக் காலையில வந்திருக்கு பாஸ்! திருநெல்வேலியில மூணு தமிழ் தினசரிகள், முக்கியமா மாலைமுரசு, தினமணி மதுரை எடிஷன், அப்புறம் தினமலர் மூணுலயும் வந்திருக்கு.’

‘படி பார்க்கலாம்.’

தமிழகத்தின் தென்பகுதி தினசரிகளில் அன்று வந்திருந்த விளம்பரத்தை வசந்த் படித்தான்.

‘என் குடும்பத்தைச் சேர்ந்தவர்கள், என் மேல் பாத்தியதை உள்ளவர்கள், யாராயிருந்தாலும் அறிக. வருகிற ஜுன் மாதம் இருபது தேதிக்கு அப்புறம் எனக்கும் அவர்களுக்கும் எவ்விதத் தொடர்பும் இல்லை - ராஜா. தபால் பெட்டி எண். எட்செட்ரா. - இதுதானே நீங்க கேட்டது?’

‘பர்ஃபெக்ட்!’

‘சத்தியமா ஒரு வரி புரியலை பாஸ்! எதுக்காக இந்த விளம்பரம்? யாருக்காக இந்த விளம்பரம்?’

‘சொல்றேன்! பதில் வந்தப்புறம் சொல்றேன்.’

10

விட்டலின் வழக்கு கோர்ட்டுக்கு வருவதற்கு ஒரு வாரம் முன்பே டாக்டர் விஜயகுமாரும் மற்றொரு வரும் ஜாமீன் உத்தரவாதம் கொடுக்க, விட்டல் சிறையிலிருந்து வெளியே விடப்பட்டான்.

வெளிவந்த உடனே, அவனுக்குச் சட்டையை உதறிக்கொள்ளக்கூட நேரமில்லை. நேரம் தவறா மல் வசந்த் அவனை பாண்டிபஜாருக்கு அழைத்துச் செல்ல, ஏறக்குறைய ஒருநாள் முழுவதும் அந்தப் பெண் தென்படுகிறாளா என்று கடைத்தெரு முற்றிலும் தேடினார்கள். ம்ஹூம்!

'சரியாப் பாருங்க ஸார். கண்ணாடி, கிண்ணாடி போட்டுக்கணுமா உங்களுக்கு?'

'வேண்டாம், மிஸ்டர் வசந்த்.'

'அதோ பாருங்க, பசுமாடு, தெரியுதா உங்களுக்கு?'

'ஸ்பஷ்டமாத் தெரியுது. அந்தப் பெண் எங்கிருந் தாலும் எந்த டிரெஸ்ல இருந்தாலும் என்னால் அடையாளம் கண்டுகொள்ள முடியும். அவ ஒருத்திதான்...'

‘உங்களைப் பார்த்து அடையாளம் கண்டுகொண்டு ஸ்மைல் அடிச்சா! இதை கோடி தடவை சொல்லியாய்ட்டது நீங்க! உங்களைச் சின்னதா ஒரு கேள்வி கேட்கலாமா?’

‘கேளுங்க.’

‘நீங்க யாரு ஸார்?’

‘சரிதான். மறுபடியும் முருங்கை மரத்தில் ஏர்றீங்களே!’

‘விட்டுத்தள்ளுங்க! நீங்க ஜவஹர் விட்டல்தான். அப்படித் தானே?’

‘ஆமாம்... ஆமாம்... ஆமாம்!’

‘அந்த ஹெரால்டு கார் என்ன கலர் சொன்னீங்க?’

‘சாக்லெட் கலர்னு ஞாபகம்!’

‘சாக்லெட் கலர். அந்தக் கலர்ல கார் மெட்ராஸ்ல எத்தனை இருக்கப்போறது? கண்டுபிடிச்சுறலாம். சொல்லிக் கொடுக்கிற மாதிரி கோர்ட்டுல சாட்சி சொல்லுங்க. பாக்கியை நாங்க பார்த்துக்கறோம்.’

‘என்னிக்கு கேஸு?’

‘இருபத்துநாலு. இந்தப் பெண்ணா பாருங்க?’

‘இல்லை சார். அவ இதைவிட நல்ல உயரம்.’

இருட்டுகிறவரை அந்த உயரமான பெண் அகப்படவில்லை.

ஜவஹர் விட்டலுடன் ஆபீசுக்குத் திரும்பியபோது வசந்துக்குப் பசித்தது. கணேஷ் தீவிரமாக ஒரு கேஸ் காகிதங்களுடன் உட்கார்ந்திருந்தான். நிமிர்ந்து பார்த்து மறுபடி குனிந்து ‘எனி லக்?’ என்றான்.

‘ம்ஹூம்! கிடைக்கலை.’

‘உட்காருங்க மிஸ்டர் விட்டல்!’

‘அப்பா! எத்தனை காகிதங்கள்.’

‘ஸார் ராத்திரி எங்கே தங்கப் போறார்?’

‘டாக்டர் விஜயகுமார் ஏற்பாடு பண்ணியிருக்கிறார், ஹோட்டல் சுவர்ணா.’

‘ஷேடி ஜாய்ண்டா இருக்கப் போறது.’

‘ஷட் அப் வசந்த். இந்த அலமாரியைத் திற. ஸாருக்கு வேண்டிய சில அத்தியாவசியமான பொருள்கள் எல்லாம் வாங்கி வெச்சிருக்கு.’

அலமாரியில் கருப்புக்கரை வேஷ்டி, ரேஸர், பிளேடு, பனியன், சோப்புத் துண்டு போன்ற தினசரித் தேவைகள் சகலமும் வாங்கி வைக்கப்பட்டிருந்தன.

‘கணேஷ்! உங்களுக்கு எப்படி நன்றி சொல்றது...’

‘சொல்லாதீங்க. ரூமுக்குப் போய் ரெஸ்ட் எடுத்துக்குங்க!’

‘புதுசா உங்களை ஆரம்பிச்சிருக்கோம். வாங்க டிராப் பண்ணிட றேன்.’

‘ஹோட்டல் சுவர்ணா! கேட்ட பேரா இருக்கே! இதுக்கெல்லாம் பணம் யார் கொடுக்கறா?’

‘நீங்க ஏன் கவலைப்படறீங்க? வண்டி ஓடறவரைக்கும் ஓடட்டும்.’

‘எனக்கு என்னுடைய ஸ்தானம் திருப்பிக் கிடைச்சதும் ஒத்திக்கு ரெட்டையா திருப்பித் தந்துடறேன் மிஸ்டர் கணேஷ்!’

வசந்த், ‘பரவாயில்ல. எல்லாம் மத்தவங்க தயவில உங்களுக்கு நடந்து நிறைவேறிடும்னு தோணுதே!’

‘எத்தனை நாள் மிஸ்டர் கணேஷ்?’

‘தெரியலியே! உங்களை வெச்சுக்கிட்டு நானு, வசந்த், டாக்டர் விஜயகுமார் மூணுபேரும் முழிச்சிக்கிட்டு இருக்கோம். நீங்க யாருன்னு தெரியாம! உங்களுக்கு ஒரு அடையாளம் தேவை முதல்ல! அட்ரஸ் தேவை. பேர் தேவை. பேர் ஞாபகங்கள் தேவை.’

‘ஒண்ணும் வேண்டாம். நான் யாருன்னு சந்தேகமே இல்லை. அதுக்காக நீங்க அலட்டிக்கவே வேண்டாம்!’

கணேஷ் வசந்தைப் பார்த்து நெற்றிப் புருவங்களை உயர்த்தினான். 'வசந்த்! ஸாரை ஹோட்டல்ல டிராப் பண்ணிடறியா?'

'வேண்டாம் ஸார், நானே ஆட்டோ ரிக்ஷா பிடிச்சுக்கிட்டுப் போயிர்றேன்.'

அவன் சென்ற திசையைப் பார்த்து விசிலடித்து, 'சரியான பிறவி' என்றான்.

'தலைகால் புரியலை. இவன் கேஸை நாம் எப்படி வாதாடப் போறோம் பாஸ்!'

'குற்றத்தை ஒப்புக்கொண்டுவிடலாம். கலைந்த மன நிலையில் இருந்தால், குழப்பமான எண்ணங்களினால், மற்றொருவர் மனைவியை என் மனைவின்னு நினைச்சுக்கிட்டு...'

'ரெண்டு வருஷம் கிடைக்கும்.'

'வேற வழி இருக்கா?'

'அவன் அந்த மாதிரி கன்ஃபெஸ் பண்ணுவான்னு நீங்க நினைக்கிறீங்களா? இப்பவும் அந்தப் பல்லவி மாறலியே? நான்தான் ஜவஹர் விட்டல்.'

கணேஷ் சிரித்தான். 'வசந்த். உலகத்திலேயே இதுதான் முதல் தடவைன்னு நினைக்கிறேன். கட்சிக்காரன் பேர் கூடச் சரியாத் தெரியாம... என்னடா?'

'பாஸ், அந்த லெட்டரைப் பார்த்தீங்களா? இன்னிக்குத் தபால்ல வந்திருக்கு...!'

'இன்னிக்கு தபாலே பார்க்கல. என்னது சொல்லு...'

'நம்ம திருநெல்வேலி விளம்பரத்துக்குப் பதில்.'

'படி!'

'அன்புள்ள த.பெட்டி எண்:9081-க்கு, தினமலர் ஜூன் 13-ந் தேதியிட்ட பேப்பரில் உங்கள் விளம்பரம் பிரசுரமாகியிருக்கிறது. அதைப் பார்த்த எனக்கு அதிகமான குழப்பம் ஏற்பட்டிருக்கிறது. என் சகோதரன் பெயர் ராஜா. அவனைச் சென்ற பல தினங்களாகக் காணவில்லை. உங்கள் பெயரும் ராஜா. என்ன ராஜா? முழுப்பெயர் என்ன? உடனே கீழக்கண்ட விலாசத்துக்கு

எழுதவும். சென்னையில் என் தம்பியின் மனைவி ஸ்ரீமதி சரோஜா, 128, ஐ.ஸி.எப்.காலனி, பெரம்பூர் விலாசத்துக்குத் தெரியப்படுத்தவும்.'

'என்ன சொல்றீங்க? பாளையங்கோட்டையில ஒரு அட்ரஸ்.'

கணேஷ் 'அப்பாடா!' என்றான்.

'என்ன?'

'இந்தக் கேஸுல முத முதல்ல சிறிது வெளிச்சம்!'

'பதில் வந்தப்புறம் சொல்றேன்னு சொன்னீங்க பாஸ். எனக்கு சுத்தமாப் புரியலை! என்ன இது விளம்பரம்! இந்தப் பதில் என்ன சொல்லுது?'

'ஜவஹர் விட்டல் பேச்சில் ஏதாவது கவனிச்சியா வசந்த்!'

'குறிப்பிடும்படியா எதுவும் தெரியலை! மதராஸ்காரன் பேச்சு மாதிரிதான் இருக்கிறது.'

'மெட்றாஸ்ல பல காலம் இருந்தவன் பேச்சுத்தான் அது. ஆனா ஒரு தடவை ஒண்ணு சொன்னான் கவனிச்சியா? அந்தப் பெண்ணைப் பாண்டிபஜார்ல வெச்சுப் பார்த்தேன்னு. ஞாபகம் இருக்கா?'

'ம்... இருக்கு.'

'இப்படி வெச்சுப் பார்த்தேன்னு எந்த ஜில்லாக்காரங்க சொல்வாங்க?'

வசந்த் யோசித்து, 'திருநெல்வேலி ஜில்லா! பாஸ் பிரில்லி யண்ட்!'

'ட்யூப் லைட்டுறா நீ! ஜர்தா பீடா போட்டா அப்படித்தான் ஆகும்! அந்தப் பெண் ஒருத்திதான் அவனை அடையாளம் கண்டு கிட்டிருக்கா. ராஜான்னு கூப்பிட்டிருக்கா! அவன் இயற்பெயர் ராஜாவாவே இருக்கலாம். அவன் ஒரிஜினலா திருநெல்வேலிக் காரனா இருக்கலாம்...'

'ப்யூட்டிஃபுல் பாஸ்!'

‘நாளைக்கு நீ என்ன செய்யறே...?’

‘ஐ.ஸி.எஃப்ல அந்த அட்ரஸ்ல போய் விசாரிக்கறேன்.’

‘அதுக்கு முன்னாடி அந்த ரெட்டிகாரு கேஸ் மூஞ்சி முன்னால நிக்குது. நாளைக்கு ஹியரிங். ஒரு வரி சரியாப் படிக்கலை!’

பத்து நிமிஷத்தில் அவர்கள் இருவரும் ஜவஹர் விட்டலின் விவகாரத்தை மறந்து, முழுவதும் மற்றொரு வழக்கின் விசித்திரங்களில் மூழ்கிப்போனார்கள். சிகரெட் புகை வளையங்கள் சுழன்றன. எடுப்புச் சாப்பாடு வந்து காத்திருந்தது. ஆபீசுக்கு வெளியே கடைகளின் வியாபார இரைச்சல்கள் அடங்கிப்போய், கைவண்டிக்காரர்கள் தூங்கப் போய், இருண்ட சந்துகளில் வசீகரமான பாவங்களுக்கு ஆயத்தங்கள் ஏற்பட, சின்னப் பிள்ளைகள் தன்னைவிட உயரமான சாக்குகளில் நகரத்தில் மிச்சங்களைப் பொறுக்கத் தொடங்க...

டெலிபோன் மணியடித்தது.

‘கணேஷ்’ என்றான் தூக்கக் குரலில்.

‘கணேஷ், டாக்டர் விஜயகுமார்!’

‘ஓ... ஹலோ டாக்டர்! என்ன இந்த வேளையில?’

‘அந்த ஆளை எங்கே கொண்டு விட்டீங்க?’

‘ஏன், ஹோட்டல் சுவர்ணாவுலதான்.’

‘நீங்க டிராப் பண்ணினீங்களா?’

‘இல்லை. அவன் ஆட்டோ ரிக்ஷா புடிச்சுப் போறதா சொன்னான்.’

‘சேச்சே! நீங்க டிராப் பண்ணியிருக்கணும் கணேஷ்.’

‘ஏன் டாக்டர்?’

‘அவன் ஹோட்டல் வந்து சேரவே இல்லை!’

‘அப்படியா?’ கணேஷ் கைக்கடிகாரத்தைப் பார்த்தான். அவன் சென்று ஐந்து மணி நேரம் ஆகியிருக்கும்.

‘என்ன பாஸ்?’

‘டாக்டர் இன்னும் ஒரு மணி பாருங்க. இல்லைன்னா எனக்கு மறுபடி போன் செய்யுங்க! நீங்க அவனைப் பார்க்கப் போயிருந் தீங்களா?’

‘இல்லை. ஹோட்டலுக்குப் போன் பண்ணினேன், வந்து சேர்ந்தாச்சான்னு. இன்னும் ரெண்டு மூணு டெஸ்ட் பண்ணலாம் னுட்டு. கணேஷ் நீங்க அந்த ஆளைப் பொறுப்பா பார்த்துப்பீங் கன்னு நினைச்சேன். இவ்வளவு கேர்லெஸ்ஸா இருந்திருக் கீங்களே!’

‘டாக்டர், நீங்கதானே அந்த ஆளை நார்மல்னு சர்டிஃபிகேட் கொடுத்திருக்கீங்க! ஒரு நார்மலான ஆசாமியை ஆட்டோ புடிச்சு ஹோட்டலுக்கு போன்னு சொன்னது தப்பா!’

‘கரெக்ட் மிஸ்டர் கணேஷ். ஆனா ஒண்ணை மறந்துட்டீங்களே! அந்த ஆள் ‘பெயில்’ல வெளில வந்திருக்கிற ஆள்! நான்தான் உத்தரவாதம் கொடுத்திருக்கேன்! அதுக்காகவாவது நீங்க ஜாக்கிரதையா இருந்திருக்க வேண்டாமா?’

‘ஸாரி டாக்டர். காலை வரை பார்க்கலாம். ஆள் வரலைன்னா அவனைக் கண்டுபிடிக்க வேண்டிய முழுப் பொறுப்பும் என்னது. கவலைப்படாதீங்க!’ டெலிபோனை வைத்துவிட்டு கணேஷ் யோசித்தான்.

‘என்ன பாஸ்! பட்சி இன்னும் போய்ச் சேரலியா?’

‘ம்ஹூம்!’

‘நினைச்சேன்! ஸ்லைட்டா சந்தேகம் என் மனசில நிழலடிச்சுது!’

‘நிழல்.... அடிச்சது! இப்பச் சொல்லு!’

‘எங்கே போயிருப்பான் பெயில்ல வெளில வந்த ஆசாமி! தலை வேதனைப்பா!’

காலை ஹோட்டல் சுவர்ணாவுக்கு டெலிபோன் செய்ததில், ஜவஹர் விட்டல் வரவே இல்லை என்று தெரிந்தது.

‘சரியான கேஸ்டா வசந்த்! முதல்ல கட்சிக்காரன் பேர் காணாமப் போய்டுச்சுன்னான். இப்ப கட்சிக்காரனே காணாமப்போய்ட் டான்.’

‘போலீஸ்ல சொன்னா உதைப்பாங்க! நாமதான் ஓசைப்படாம ஆளைத் தேடியாகணும்! அய்யய்யோ! இவ்வளவு பெரிய மெட்ராஸ்ல ஜவஹர் விட்டல்னு ஒரு ஆளைத் தேடியாகணுமா!’

டெலிபோன் மணி அடிக்க...

‘நீயே எடு. டாக்டர் விஜயகுமாரா இருந்தா ஆள் இல்லைன்னு சொல்லிடு!’

வசந்த் டெலிபோனை எடுத்து, ‘சென்ட்ரல் ஸ்டேஷன் என்க்வயரி’ என்றான்.

‘ஸாரி ராங் நம்பர்’ என்று வெட்டியது மறுமுனை. டாக்டர் விஜயகுமார்!

ரிஸீவரைத் தொங்க விட்டுவிட்டு ‘இப்ப சொல்லுங்க. என்ன செய்யணும்?’

கணேஷ் சற்று சிரித்து, ‘இந்தச் சந்தர்ப்பத்திலேயும் சிரிக்காம இருக்க முடியலை. இன்னிக்கு கோர்ட்டு முடிஞ்சதும் முதல்ல அந்த ஐ.ஸி.எஃப் விலாசத்துக்குப் போய்ப் பார்க்கலாம். எனக்கு என்னவோ அதில் அதிகம் நம்பிக்கை இல்லை.’

மாலை பெரம்பூர் ரயில்வே ஆஸ்பத்திரி தாண்டி, லைன் ஓரமாகச் சென்ற நீண்ட சாலையைக் கடந்து, ஒரே மாதிரி அட்டைப் பெட்டிகள்போல் இருந்த நூற்றுக்கணக்கான அரசாங்க வீடுகளில் 128-ம் எண்ணைத் தேடிப் பிடிப்பதற்குள் இருட்டிவிட்டது.

தட்டிகட்டி ஓரிரண்டு சதுர கஜம் தோட்டம் அமைத்து வாசலில் எம்.ராஜசேகரன், எல்.எம்.இ. என்று போர்டு வைத்து... ஒரு அரைநிஜார் சிறுவன், ‘உங்களுக்கு யார் வேணும் சார்?’ என்றான்.

‘இந்த வீட்டில் சரோஜாங்கறவங்களைப் பார்க்கணும்!’

‘அம்...மா’ என்று உள்ளே ஓடினான் சிறுவன்.

அவனைவிடச் சின்னதாக ஒரு பெண் குழந்தை தோன்றி ‘யாரு’ என்றது.

‘அம்மா!’ என்றான் வசந்த்.

‘அம்மா, உங்களைப் பார்க்க யாரோ வந்திருக்காங்க’ என்று டிராயர் நழுவ, உள்ளே ஓடியது ‘அந்தப் பெண்.’

முப்பத்து மூணு வயசுப் பெண்மணி தோன்றினாள். நெற்றியில் புருவங்கள் மத்தியில் பொட்டு இட்டிருந்தாள். தலைமயிரை விரல்களால் கோதிவிட்டுக் கொண்டிருந்தாள். கண்களில் சமீபத்திய சலனங்கள் சில தெரிந்தன. கருப்பு வட்டங்கள் தெரிந்தன. உதடுகள் மெதுவாக இருந்தன. மிகவும் சந்தேகப் பார்வையுடன் கணேஷைப் பார்த்து,

'யாரு?' என்றாள்.

'மிஸ்டர் ராஜாவைப் பத்தி ஒரு சில விஷயங்களைக் கேட்க வந்தோம். என் பேர் கணேஷ். நான் ஒரு வக்கீல்!'

'காலம்பறதான் வந்தார். தூங்கறார்!'

'ஓ, வந்துட்டாரா?'

'உங்களுக்கு இவரை எப்படித் தெரியும்?'

'தெரியும்னு இல்லை...'

'யார்றீ?' என்று தூக்கக் கலக்கத்துடன் கொட்டாவி விட்டுக் கொண்டு, அவள்பின் தோன்றியவனைப் பார்த்தான் கணேஷ்.

'ஹலோ மிஸ்டர் ஜவஹர் விட்டல்!'

11

மெலிதான சாயங்கால இருட்டிலும் சந்தேகத்துக்கு இடமில்லை. ஜவஹர் விட்டல்தான்! முகஜாடை, உடம்புவாகு எல்லாம் அவன்தான். இருந்தும் தோரணையில் சற்று வித்தியாசம் இருந்ததாகப் பட்டது கணேஷுக்கு. முதலில் இவனை இங்கே சந்தித்த ஆச்சரியம் அடங்கவே ஒரு நிமிஷம் ஆயிற்று. சற்றே கூன்போட்டு, சற்றே கண்களில் பயம் கலந்து, ஒரு தேர்ந்த நடிகனின் இரட்டை வேஷம் போலிருந்தான் அந்த வித்தியாசமான ஜவஹர் விட்டல்.

'நீங்க யாரு?' என்றான்.

வசந்த், 'அடப் பாவி, எங்களைத் தெரியலை?' என்றான்.

'நீங்க யாருன்னு சொன்னா உபகாரமா இருக்கும்.' குரல் மாறியிருக்கிறதே?

கணேஷும் வசந்தும் ஒருவரை ஒருவர் பார்த்துக் கொண்டார்கள். 'மிஸ்டர் விட்டல்! விளையாடினது போதும். அங்கே உங்களை பெயில்ல ரிலீஸ் பண்ணி வெச்சிருக்கோம். இங்க வந்து ஒளிஞ்சுகிட்டிருக்கீங்க! இப்படி எல்லாம் செய்யக்கூடாது. வாங்க!'

‘பெயிலா? ரிலீஸா? ஒளியறேனா? என்ன சொல்றீங்க?’

‘மிஸ்டர் விட்டல்!’

‘முதல்ல என் பேரு விட்டல் இல்லை. ராஜா.’

‘என்னது?’

‘ரெண்டு பேரையும் எனக்குச் சுத்தமா தெரியாது. வேறு யாரையோ தேடிக்கிட்டு இங்க வந்திருக்காங்க.’

‘யாருப்பாது?’

‘என்ன, எழவுடா இது’ என்று அலுத்துக் கொண்டான் வசந்த்.

‘வெள்ளிக்கிழமை எழவு, கிழவுன்னு பேசாதீங்க! ஏங்க இவங்கள் ளாம் யாருங்க?’

‘தெரியாதுடின்னா!’

பயந்த மனைவிக்கு அவனைவிடப் பத்து வயது குறைவாக இருக்கும்போலத் தோன்றியது. சின்னக் கண்கள், சின்ன மார்பு, சின்னப் பின்னல் என்று மரப்பாச்சி போல இருந்தாள்.

உள்ளேயிருந்து குழந்தை நடந்து வந்து அவள்மேல் மரமேறியது.

‘மிஸ்டர் விட்டல்! போலீசைக் கூப்பிடணும்கறீங்களா?’

‘போலீஸா? எதுக்கு போலீஸ்? நான் என்ன செஞ்சுட்டேன்?’

‘நீங்க ஏன் அவுங்களோட அனாவசியமா பேசிக்கிட்டு. உள்ளே வாங்க!’

‘உங்க மேல கொலைக் கேஸ் இருக்குய்யா. பெயில்ல ரிலீஸ் ஆகி வந்திருக்கீங்க. உங்க பேரு ஜவஹர் விட்டல்.’

‘ஏங்க, நீங்க எங்க போயிருந்தீங்க?’

‘சும்மாரு கமலம், வேற யாரையோ பத்திப் பேசறாங்க. ஸார், என் பேர் விட்டல் இல்லை. ராஜா. ஐ.சி.எஃப்ல ஃபோர்மனா இருக்கேன்.’

‘நீங்க திருநெல்வேலிக்காரரா?’

'ஆமாம்.'

'நீங்க சமீபத்தில் காணாமப் போயிருந்தீங்களா?'

அவன் தன் மனைவியைப் பார்த்தான். அவள் 'அவரு காணாமப் போயிருந்தா என்ன? போகாக்காட்டி என்ன? ஜோலியைப் பார்த்துக்கிட்டு போங்கய்யா. வாங்க உள்ள' என்று அவனை உள்ளே இழுத்தாள்.

'இத பாருங்கம்மா, உங்க வீட்டுக்காரர் கொஞ்சநாளா காணாமப் போயிருந்தாரில்லையா? அப்ப என்ன செஞ்சாரு கேளுங்க' என்றான் கணேஷ்.

'ஏங்க, என்ன செஞ்சீங்க?'

'ஞாபகமே இல்லை, கமலம்.'

'என்ன ராஜா, என்ன ரகளை இங்கே?' அக்கம்பக்கத்தவர் ஒவ்வொருவராகக் கூட ஆரம்பித்தார்கள்.

'அவரு ஏற்கெனவே நொந்துபோய் வீடு வந்து சேர்ந்திருக்காரு. ரெண்டு பேரும் சதாய்க்கிறாங்க!'

'யாருய்யா நீ?'

'என் பேர் கணேஷ், இவன் வசந்த்.'

சற்றுத் தகடான ஆசாமி ஒருத்தர். 'இதப்பாருங்க! உங்களுக்கு ஏதாவது சொல்லணும்னா எங்கிட்ட தனியா வாங்க. ராஜா ஸாரை விட்டுடுங்க! அவரு இப்பதான் வீடு வந்திருக்காரு!'

'இத்தனை நாள் எங்கிருந்தார் கேளுங்க?'

'இந்த மாதிரித்தான் டிப்டாப்பா உடுத்திக்கிட்டு ரெண்டு பயலுவ போனவாரம் காலனியில அலைஞ்சானுங்க! நம்ம மஞ்சுளா அம்மா வீட்டுக்கு எதுத்தாப்பல தேட்டைக்கு அலைஞ்சானுங்க! இவுங்களேதானோ? என்ன தனபாலு?'

'யோவ் நாக்கை அடக்கிப் பேசு.'

'வசந்த், சண்டையைக் கிளப்பாதே! வா போகலாம்.' கணேஷ் கிளம்பி விருட்டென்று வந்துவிட்டான். வசந்தை இருவர் அடிக்கவர, அவன் குனிந்து சமாளித்தான். பத்துப் பதினைந்து

பேர் சேர்ந்துவிட்டார்கள். ஓடி வந்து இருவரையும் 'கட்டிப் போடுறா' என்று துரத்தி வர, சரேல் என்று ஃபியட்டில் ஏறி ஸ்டார்ட் செய்து கிளம்பி விடுவதற்குள், காரின், நல்லவேளை ஏற்றி வைத்திருந்த ஜன்னலில் சேறு சொத்தேல் என்று வந்து அடித்தது. கார் விரைந்தது.

சற்று அபாயம் குறைந்ததும் ஜன்னல் கதவு ஒன்றை இறக்கினான் வசந்த்.

'வசந்த்! ஆள் இவன்தானா?'

'இவன்தான் பாஸ்! பாசாங்கு செய்யறான். நாம கார்ல அவசரமா ஏற்றபோது, அவனைத் திரும்பி முறைச்சுப் பார்த்தேன். கண்ல அதிகக் கலவரம் தென்பட்டுது. மறுபடி பொய் சொல்றான்!'

'முதல்ல டாக்டர் விஜயகுமாருக்குத் தகவல் தெரிவிக்கணும். அவர்தான் ஷ்யூரிட்டி கொடுத்திருக்கார். அவருக்கு அவன் இருக்கிற இடம் தெரிஞ்சாகணும். அப்புறம் ராஜேந்திரனுக்குச் சொல்லிறலாம். வேணும்னா போலீசை அனுப்பிச்சு அரெஸ்ட் பண்ணிக்கட்டும். இவன்தானா வசந்த்?'

'சந்தேகமே இல்லை, பாஸ். ஒரே ஆள்தான். அங்க ஜவஹர் விட்டல், இங்க ராஜா, ஐ.ஸி.எஃப்.ல ஃபோர்மேனாம். அப்ப ஜவஹர் விட்டல் என்ன ஆச்சு? கழட்டிக் கொடுத்துட்டானா யார் கிட்டயாவது?'

'குழப்பாதே!'

'ஒரு பீடா போடறீங்களா சுறுசுறுன்னு இருக்கும்.'

'பாவி! பொட்டலம் ஸ்டாக் வெச்சுக்க ஆரம்பிச்சுட்டியா?'

காரைச் செலுத்திக்கொண்டு யோசனையில் இருந்தான் கணேஷ். ஜவஹர் விட்டல் என்று தன்னைக் கொஞ்சகாலம் சொல்லிக் கொண்ட ராஜா, நில்லுங்கள் ராஜா.

'வசந்த்! அந்தப் பெண் அகப்பட்டாளா?'

'ம்ஹூம்.'

'ஜி.கே. வேல்ல போய் அந்த நெகட்டிவ் பிரதி விசாரிச்சியா?'

'ம். அது போலீஸ் கிட்ட இருக்கிறதா சொன்னாங்க.'

மௌனம்.

'டாக்டர் விஜயகுமாருக்கு அஞ்சாயிரம் ரூபாய் அவுட்டா?'

'ம்ஹூம்! ஆள் ஓடிப்போயிடலியே! உள்ளூர்லதானே இருக்கான். ஆள் எங்கேய்யான்னு கேட்டா ஐ.ஸி.எஃப் காலனியைக் காட்டி விட்டுறவேண்டியதுதான். ஒரு வேளை ரெட்டையோ?'

'எனக்கு அப்படித் தோணலை. யோசிச்சுப் பாருங்க. நாம் எப்படி ஐ.ஸி.எஃப் காலனிக்குப் போய்ச் சேர்ந்தோம்?'

'அவன் திரும்பத் திரும்ப அந்தப் பொண்ணு பத்திச் சொன்னதையும், நில்லுங்கள் ராஜாவையும் ஆதாரமா வெச்சுக்கிட்டு, திருநெல்வேலி உச்சரிப்பினால் தென்மண்டல பேப்பர்களில் விளம்பரம் கொடுத்து...'

'ஆகவே ஐ.ஸி.எஃப் ராஜா கொஞ்சநாள் காணாமப் போயி, நான்தான் ஜவஹர் விட்டல்னு சொல்லிட்டு, மறுபடி, ராஜாவாயிருக்கான். அதுதான் சுருக்கம்.'

'எதுக்காக?'

'ஆஸ்க் மி அனதர்?'

'எல்லோரும் சேர்ந்து நம்ம காதில் பூ வெக்கறாங்களா?'

'இல்லை. ஜவஹர் விட்டலைக் கொல்றதுக்கு ஒரு சதித்திட்டமா அது?'

'ஸில்லி! கொல்றவன் இப்படியா ஊரைக் கூட்டுவான்? இல்லை, வசந்த், இது இன்னும் கொஞ்சம் ஆழமான விஷயம். ஸம்திங் ஸினிஸ்டர். என்னன்னு சொல்லத் தெரியலை. நாம் பார்க்கிறது ஐஸ்பர்க் பனிக்கட்டியோட ஒரு முனை. ராஜேந்திரன்கிட்ட முதல்ல சொல்லிவிடலாம்.'

ஆபீசுக்கு வந்ததும் உதவிக் கமிஷனர் ராஜேந்திரனுக்கு டெலிபோன் செய்தான்.

'சொல்லுங்க கணேஷ்!'

'ஜவஹர் விட்டல் கேஸ் ஞாபகம் இருக்குதில்ல ராஜேந்திரன். அந்த ஆளை பெயில்லே வெளியில கொண்டு வந்திருந்தோமா?

திடுதிடுப்பென்று காணாமப் போய்ட்டான். என்னடாதுன்னு ஆயிடுச்சு. அகஸ்மாத்தா ஐ.ஸி.எஃப் காலனியில் தொலைஞ்சு போன ஆள் ஒருத்தனா அவன் இருக்கலாம்னு எனக்குத் தெரிய வந்தது. அங்கே போய்ப் பார்த்ததில மறுபடி அவன் அகப்பட்டான். ஆனா இப்ப அவன் வேற பேர் சொல்றான்.'

'சரிதான்.'

'அவனை மறுபடி அரெஸ்ட் பண்ணணும்னா, அந்த ஐ.ஸி.எஃப் அட்ரஸ் வெச்சிருக்கேன்!'

'தேவையில்லை! அந்தக் கேஸை டிராப் பண்ணியாச்சு.'

'என்னது?'

'ஆமாம் கம்ப்ளெய்ண்ட் கொடுத்த ஜவஹர் விட்டல் அதை வாபஸ் வாங்கிக்கிட்டாச்சு! எங்ககிட்டயும் கேட்டுக்கிட்டாரு. கேஸு கோர்ட்டுக்கு வந்தா அனாவசியமா மனைவி, மக, எல்லாரையும் இழுத்துக்கிட்டு வந்து அந்தரங்கமான விஷயங்கள் எல்லாத்தையும், அங்கே மச்சம், இங்கே மச்சம்னு சாட்சியா சொல்லிக்கிட்டு இருக்கணும். இந்தக் கேஸை மறுபடி தொடர வேண்டாம்னு ரிக்வெஸ்ட் பண்ணிக்கிட்டதால, நாங்களும் விட்டுட்டோம். என்னதான் டாக்டர் சர்டிஃபிகேட் கொடுத்தாலும் ஆளு கொஞ்சம் லூஸ் மாதிரிதான் தெரியுது இல்ல? நாங்களும் விட்டுட்டோம். டாக்டர்கிட்ட சொல்லிடுங்க. நீங்களும் இனிமே அவனைத் தேடவேண்டாம்!'

'அவ்வளவுதானா?'

கணேஷ் டெலிபோனை வைக்க 'என்ன பாஸ்' என்றான் வசந்த். கணேஷ் சற்று யோசித்துவிட்டு, 'போலீஸ், கேஸை நடத்தப் போறதில்லையாம்!'

'ஏன்?'

'கம்ப்ளெய்ண்ட் கொடுத்தவனே வித்ட்ரா பண்ணிக்கிட்டானாம்!'

'சரிதான், ஒரு வழியா குழப்பம் ஒழிஞ்சுது!'

'ஏன் வசந்த், ஏன்? எதுக்காக அவன் அப்படி செஞ்சான்?'

'அவன் லூஸு, அவ்வளவுதான்.'

'டாக்டர் விஜயகுமார் என்ன சொன்னார்?'

'அவன் லூஸு இல்லைன்னு. அவன் எப்படி இருந்தா என்ன? வாங்க காப்பி சாப்பிடலாம்.'

'எல்லாருமா சேர்ந்துகிட்டு நம்ம ரெண்டு பேரையும் பைத்தியமா ஆக்கினானுங்க!'

'என்ன ஆய்டுச்சு இப்ப. ரெண்டு நாள் அலைஞ்சோம். அவ்வளவுதானே. விட்டுத்தள்ளுங்க. நாராயண ரெட்டி கேஸை கவனிக்கலாம். மாம்பலம் போகணும். பாஸ்!'

கணேஷ் வெற்றுப்பார்வை பார்த்துக் கொண்டிருந்தான்.

'அந்தப் பெண்ணையாவது கண்டுபிடிச்சிருந்தா?'

'ஹெகல் சொல்வான் அதுபோல, இருண்ட ராத்திரிக்குள்ள எத்தனை கருப்புப் பசுக்கள் இருந்தாலும் தெரியாது... இப்ப நமக்குத் தேவை கருப்பு காப்பி! வாங்க போகலாம்.'

மறுதினம் மாலை தியாகராய நகருக்கு கேஸ் விஷயமாகப் போகும் வழியில் டாக்டர் விஜயகுமாரையும் பார்த்து விவரம் சொன்னார்கள்.

அவன் தப்பித்தது, அவனை மறுபடி பெரம்பூரில் கண்டு பிடித்தது, அங்கே அவன் ராஜா என்ற பெயரில் மனைவி குழந்தைகளுடன் இருப்பது, முன்பு நடந்ததைக் கேட்டால் ஒன்றுமே தெரியாது என்று விழிப்பது...

'அப்படிச் சொல்றப்ப அவன் கண்களைப் பார்த்தீங்களா?'

'பார்த்தேன். பொய் சொல்றதா தெரியலை. ஒருவித அச்சம்தான் கண்ல பார்த்தேன். டாக்டர், அவன் எதுக்காக பெரம்பூர்ல இருந்து பீட்டர்ஸ் ரோடு வந்து அந்த கலாட்டா செய்தான்? எப்படி அவனுக்கு ஜவஹர் விட்டல் பற்றி அத்தனை அந்தரங்க விஷயங்கள் எல்லாம் தெரியும்? எப்படி அவனால அத்தனை சீக்கிரம் எல்லாத்தையும் மறக்கவும் முடியும்?'

டாக்டர் யோசித்து, 'ம்ஹூம், எனக்குப் பதில் சொல்லத் தெரியலை கணேஷ்' என்றார்.

'எல்லாத்துக்கும் ஒரு அஸம்ஷன்தான் பொருந்துது டாக்டர், அவன் ஒரு பைத்தியம்.'

‘நான் அவனைப் பரிசோதித்தவரைக்கும் அவன் நிச்சயம் பைத்தியம் இல்லை.’

‘எனிவே கேஸ் ஒரு வழியா முடிஞ்சு போச்சு! எங்கேயிருந்தோ ஒருத்தன் வந்தான். நம்ம எல்லாரையும் பைத்தியமா அடிச்சான். திரும்பி பெரம்பூர் போய்விட்டான். ராஜா ஃபோர்மன் இன்டெக்ரல் கோச் ஃபாக்டரி! குட்நைட்!’

அங்கிருந்து மாம்பலம் சென்றபோது மாலை ஆறரை மணி இருக்கும். சினிமா விட்டு ஜனங்கள் வழிந்து கொண்டிருந் தார்கள். பாண்டிபஜாரில் கணேஷும் வசந்தும் காப்பி சாப்பிட்டார்கள். நாராயண ரெட்டிகாரு ஸ்டூடியோவிலிருந்து இன்னும் வரவில்லை. சற்று நேரம் பஜாரில் நடந்தார்கள்.

‘வசந்த்! இந்த பாண்டிபஜாரில் புராண காலத்தில் ஒரு புஸ்தகக் கடை இருந்தது, தெரியுமா?’

‘தெரியாது. அப்பல்லாம் நான் பிறக்கலைன்னு நினைக்கிறேன்.’

‘தமிழ்ப் பண்ணை! இப்ப அந்த இடத்தில் ஒரு ஹோட்டல் இருக்கு.’

‘இங்கே துணிக்கடை வைக்காதவன் பிழைக்க மாட்டான்.’

‘நகை?’

‘நகையெல்லாம் பெரிய பெரிய ஜயண்ட்ஸ் வெச்சாத்தான் உண்டு!’

கணேஷ் ஒரு பனியன் வாங்க நினைத்து ஒரு பல்பொருள் அங்காடிக்குச் சென்றான். கீழுக்கும் மாடிக்குமாக விஸ்தாரமாக ஜிலுஜிலு என்று கடை.

‘சைஸ் முப்பத்தெட்டு. கை வைக்காதது. இன்டர்லாக். டான்டெக்ஸ். ரெண்டு பனியன்பா!’

‘பாஸ், அங்க பார்த்தீங்களா?’

‘எங்கே!’

‘புடைவை விக்கற பக்கம்.’

‘பெண்கள்.’

'அதில நீல ஸாரியைப் பார்த்தீங்களா?'

'அழகா இருக்கா!'

'அவ மார்ல பாருங்க!'

'ஏய்!'

'பாருங்க பாஸ்!'

கணேஷ் பார்த்தான். அந்தப் பெண் மார்பை மூடிய புடைவைக்கு மேல் ஒரு சங்கிலி தொங்கிக் கொண்டிருந்தது!

'சங்கிலியில் என்ன பாருங்க? ஒரு தங்கச் சாவி. ஞாபகம் இருக்கா!'

கணேஷின் மூளைக்குள் அந்தத் தங்கச் சாவியைத் தேடினான்.

'ஓ எஸ்! நில்லுங்கள் ராஜாவே கர்ள். கழுத்தில சங்கிலியில் தங்கச் சாவி தொங்கினதா நம்ம ஜவஹர் விட்டல் சொல்லியிருக்கான்.'

அந்தப் பெண் பணம் கொடுத்துவிட்டு, புடைவைப் பார்ஸலை வாங்கி அணைத்துக்கொண்டு, கடைக்கு வெளியே வந்து, ஒரு சாக்லெட் நிற ஹெரால்டு காரில் ஏறிக்கொண்டாள்.

12

அந்த ஹெரால்ட் கார் சடுதியில் கிளம்பி சாலையின் போக்குவரத்தில் சேர்ந்துகொண்டு ஒரு டெம்போவையும் ஆட்டோ ரிக்ஷாவையும் சாப்பிட்டுவிட்டு, பல்லவனை ஓரம்போ செய்து விட்டு, ஹாரன் அடித்துக்கொண்டு சென்றுவிட, கணேஷ் தன் ஃபியட்டில் பாய்ந்தான். மையமாக அது சென்ற திக்கில் சென்றார்கள். தேனாம் பேட்டை சிவப்பு விளக்கில், நல்லவேளை அந்த ஹெரால்ட் நின்று கொண்டிருந்தது. பின்னால் நிறுத்தினான். டிரைவர் ஸீட்டில் ஒரு ஸ்டெப் கட் தெரிந்தது. அருகே அந்தப் பெண்ணின் அபரிமித மான கூந்தல் தெரிந்தது. அந்த ஆசாமி அந்தப் பெண்ணிடம் பேசிக்கொண்டு இருக்க, அம்பர் வந்ததும் கணேஷ் ஹார்ன் அடிக்க, அவன் சற்றுத் திரும்பிப் பார்த்தான். அடர்த்தி மீசை, ரிம் இல்லாத கண்ணாடி.

ஹெரால்ட் கிளம்ப, அதனுடன் பசை போட்டு ஒட்ட வைத்தது போல் கணேஷ் அதைத் தொடர்ந் தான். 'இவள்தானா வசந்த்?'

'சாக்லெட் நிற ஹெரால்டு. பெண், சங்கிலியில் சாவி. இரண்டு அடையாளம் பொருந்தறது பாஸ்!'

கார் மௌன்ட்ரோடில் சென்றது. மேம்பாலத்தைத் தாண்டி ஸ்பென்ஸர் வரை போய், மறுபடி சிவப்பில் அகப்பட்டுப் பச்சை கிடைத்து, இடது பக்கம் திரும்பி கன்னிமாராவில் நின்றது. இரண்டு பேரும் இறங்கி உள்ளே சென்றார்கள்.

கணேஷ், வசந்த் இருவரும் இறங்கிக்கொண்டு கார் கதவைப் பூட்டக்கூட சமயமில்லாமல் அவர்கள் பின்னால் தொடர்ந் தார்கள். லவுஞ்சில் அந்தப் பெண்ணும் அந்த ஆடவனும் காத்திருந்தார்கள். அவனுக்கு வயது நாற்பது இருக்கும் என்று தோன்றியது. மீசை ஏறக்குறைய முகத்தில் முக்கால்பாகம் இருந்தது. கட்டம் கட்டமாக ஷர்ட் அணிந்திருந்தான். அவன் தோரணை, அணிந்திருந்த சட்டை பான்ட்டுகளின் அன்னியத் தன்மை இவற்றை எல்லாம் பார்த்தால் வெளிநாடு சென்றிருப்பவன் என்று நினைக்கத் தோன்றியது. அவர்களைக் கடந்து செல்லும்போது அந்த மஸ்க் எண்ணெய் வாசனையும் வெளிநாட்டுச் சரக்குத்தான்.

அந்தப் பெண் உடம்பில் ஸில்க் வழிந்தது. எடுப்பான மார்பு சற்று ஓவர் சைஸாக இருந்தது. உண்மையா உபயமா என்று வசந்த் யோசித்துப் பார்த்தான். தொட்டுப் பார்த்தால்தான் தெரியும் என்று தீர்மானித்தான். மெலிதான உதடுகளில் சற்றே சிவப்புக் கீறல். விளம்பரப் படத்தில் ஷாம்பூ போட்டு உலர்ந்த கூந்தலைத் தள்ளிக்கொண்டு ஒரு பூவை உற்றுப் பார்ப்பவள்போல இருந்தாள்.

இரண்டு பேரும் அதிகம் பேசிக்கொள்ளவில்லை. அந்த இடத் தில் இருந்த மெத்தை ஸீட்டுகளில் உட்கார்ந்து யாருக்கோ காத்திருந்தார்கள்.

சற்று நேரம் கழித்து, ஆறரை அடி உயரமாக ஒரு வெள்ளைக் காரன் வர, இவன் எழுந்து அவனிடம் செல்ல, கைகுலுக்க, அந்தப் பெண் சற்று மரியாதையாகத் தூரத்திலிருந்து சேவித்தாள். வெள்ளைக்காரன் அத்தனை உயரத்துக்கு டிராயரும், ஹவாய் செருப்பும் அணிந்து, துவஜஸ்தம்பம் போல் வலுவாக இருந்தான். அவர்களுடன் பேசும்போது கீழே பார்த்துப் பேசவேண்டிய உயரம். மூன்று பேரும் ‘கோலம்’ என்ற ரெஸ்டாரண்டுக்குள் நுழைந்தார்கள்.

வசந்த் கணேஷைப் பார்த்தான். ‘என்ன பண்றது பாஸ்?’

'எனக்குப் பசிக்குது. அப்படியே அவுங்களையும் கண்காணிச்சுட்டு ஸ்நாக்ஸ் ஏதாவது சாப்பிட்டுக்கிட்டு... வா உள்ளே போகலாம்.'

உள்ளே ஏஸி இதமாக இருந்தது. வெளிச்சம் போதவில்லை. ஏதோ ஒரு பாப் கோஷ்டி,

Silent Lover
Secret Lover
Run for Lover

என்று போனி எம்க்கு வந்தனத்துடன் சுமாராகப் பாடிக் கொண்டிருந்தார்கள்.

அவர்கள் மூன்று பேரையும் காணவில்லை. துப்புரவாக ஒவ்வொரு மேஜையையும் பார்த்து விட்டார்கள். அதோ ஒரு பார்ஸி குடும்பம். அருகே ஒரு வெளிநாட்டுக் கிழத்தம்பதி. இந்தப் பக்கம் இரண்டு இளைஞர்கள். அப்புறம் ஒரு மேஜை நிறைய குஜராத்திக் குடும்பம்.

அந்த மூன்று பேர்? நிச்சயம் அங்கே இல்லை.

வசந்த் 'ஆச்சரியமா இருக்குது பாஸ்.'

'வசந்த். நாம் அவர்களை ஃபாலோ பண்ணிக்கிட்டு வந்தது அவர்களுக்கு நிச்சயம் தெரிஞ்சிருக்கணும்.'

டேபிள் ரிஸர்வேஷனைக் கவனித்துக் கொண்டிருந்த ஒருவன், அவர்கள் அருகில் வந்த 'எஸ் ஸார்! மே ஐ ஹெல்ப் யூ?' என்றான்.

'வாட்ஸ் யுவர் நேம்?'

'ஃப்ரெட்ரிக்!'

'தமிழ் தெரியுமா?'

'ராயபுரங்க!'

'தட்ஸ் நைஸ், ஃப்ரெட்ரிக் இப்ப ஒரு வெள்ளைக்காரனும் நம்மூர் ஆசாமிங்க ஒரு ஆணும் ஒரு பெண்ணும்...'

'வந்தாங்க ஸார். இப்பதான் போனாங்க.'

‘வாசல் வழியாவா?’

‘இல்லை. பாண்ட்ரி வழியாகப் போனாங்க.’

‘சரிதான்’ என்று கணேஷ் வசந்த்தை ஏமாற்றத்துடன் பார்க்க, ராயபுரம், ‘நீங்க போலீஸா?’ என்றான்.

அவனுக்குப் பதில் சொல்ல நேரமில்லாமல் அவசரமாக வெளியே வந்தார்கள். அந்த ஹெரால்ட் காரைக் காணவில்லை. ‘ரொம்பச் சுலபமா நமக்கு டிமிக்கு கொடுத்துட்டாங்க. நாம் அவுங்களைப் பின்தொடர்ந்து வந்தது அவுங்களுக்கு நல்லா தெரிஞ்சிருக்கு!’

‘அவ்வளவு கிட்டத்தில் தொடர்ந்தது தப்போ என்னவோ?’

‘இருக்கலாம்! கார் நம்பர் நோட் பண்ணியா?

★

‘எம் எஸ் ஆர் 6622 தானே கேட்டீங்க?’

‘ஆமாம் இன்ஸ்பெக்டர்!’

‘அது டாக்டர் சீனிவாசமூர்த்தி, உதயா பாலி கிளினிக்குங்கிற பேரில ரிஜிஸ்டர் ஆகியிருக்குது.’

‘அட்ரஸ் இருக்குதா?’

‘நீங்க ராஜேந்திரனுக்கு தெரிஞ்சவங்களா?’

‘ஏறக்குறைய உறவு!’

‘உக்காருங்க ஸார். காப்பி சாப்பிடறீங்களா?’

‘வேண்டாம். கொஞ்சம் அவசரத்தில் இருக்கோம்.’

‘நீங்க எப்ப வேணுமானாலும் ஆர்.டி.ஓ. ஆபீசுக்கு வரலாம். தங்கராஜு, ஓ.ஆர். செக்ஷன்னா யார் வேணா சொல்லுவாங்க!’

‘தாங்க்ஸ், அந்த அட்ரஸ்?’

‘நாற்பத்தி மூணு, ஸி.பி. கோயில் தெரு, மைலாப்பூர்!’

குளத்தைத் தாண்டி இடதுபக்கம் திரும்பினால் அந்தச் சந்தைத் தெரு என்று சொல்ல முடியாது. பித்தளைப் பாத்திரக்கடை, லேடிஸ் பாடிஸ், உள்பாவாடை சமாசாரங்கள் விற்கும் கடை களைக் கடந்ததும், புராதன ஒரிஜினல் மைலாப்பூர் வக்கீல் களின் வீடுகளைக் கடந்து, திடீர் என்று நூதனமாக, பழைய வீடுகள் இரண்டைச் சேர்த்து இடித்துப் புதிதாகக் கட்டப்பட்ட இடத்தில் உதயா பாலி கிளினிக் இருந்தது. இந்த சாக்லெட் நிற ஹெரால்டு சந்தை அடைத்துக்கொண்டு நின்றது. சந்தைக் கடக்கையில் பலாப்பழ வாசனை அடித்தது. லேசாக மூத்திர வாடை அடித்தது.

'இந்த இடம்தான் பாஸ்!' என்றான் வசந்த்.

கிளினிக்குக்குள் நுழைந்தார்கள். பத்துப் பதினைந்து பேர் காத்திருந்தார்கள். பல நாற்காலிகள் காலியாக இருந்தன. மூன்று நான்கு டாக்டர்கள் சேர்ந்து நடத்தும் பகற்கொள்ளை கிளினிக்குகளில் ஒன்று அது என்று தெரிந்தது. தனித்தனி அறை வாசல்களில் டாக்டர்களின் பெயர்ப் பலகை பதித்திருக்க, வரவேற்புக்கு மட்டும் பொதுவாக ஒரு அறை. வட்டமேஜை. வெள்ளை முயல் குட்டி போல டெலிபோன். ஒரு சின்ன டெஸ்க் கால்குலேட்டர். பீங்கான் ஜாடி நிறைய புதிய மலர்கள். அந்த மலர்களில் ஒன்றைப் போல அந்தப் பெண் ரிஸப்ஷனில் உட்கார்ந்திருந்தாள். அவள்தான்! கழுத்துச் சங்கிலியில் ஒரு சிறிய தங்கச் சாவி இப்போதுகூட எடுப்பாகத் தொங்கிக் கொண்டிருந்தது.

'குட்டி கிட்டத்திலகூட ஜோரா இருக்கா பாஸ்!'

'ஷட் அப்.'

அந்தப் பெண்ணருகில் சென்றார்கள். அவள் நிமிர்ந்து இரண்டு ஹெக்டேர் கண்களால் பார்த்து 'எந்த டாக்டரைப் பார்க்க வேண்டும்?' என்றாள்.

'டாக்டரை அல்ல, உங்களை!' என்றான் கணேஷ்.

அவள் தயங்கிச் சுற்றிலும் பார்த்து, 'சிவா' என்று யாரையோ கூப்பிட்டாள். 'ஸாரி. நான் ட்யூட்டியில் இருக்கிறேன்.'

'எப்போது ட்யூட்டி முடியும்?'

‘ஏன்?’

‘உங்களைச் சந்திக்க!’

‘எதற்கு?’

‘பேசுவதற்கு.’

‘என்ன பேசுவதற்கு?’

‘ஐ.ஸி.எஃப் ராஜாவைப் பற்றி!’

அவள் ஆச்சரிய நயனங்களுடன் நிமிர்ந்து பார்த்தாள்.

‘ஐ.ஸி.எஃப் ராஜாவா? அப்படி என்றால்?’

‘அது ஒரு நபர்! ஒரு ஆசாமி. அவருக்கு உன்னைத் தெரியும் என்று சொன்னார்.’

‘எனக்கு ஒரு ராஜாவையும் தெரியாது!’

‘நில்லுங்கள் ராஜாவே! தெரியாது?’ என்றான் வசந்த்.

இதற்குள் சிவா-வாட்ச்மேன் வந்துவிட்டான்.

‘என்னம்மா?’

‘பாருங்க சிவா. யாரோ தெரியாத பேரெல்லாம் கேட்டுக்கிட்டு, பிஸியா இருக்கிற டைம்ல வந்து தொந்தரவு செய்யறாங்க. என்ன கேக்கறாங்கன்னே தெரியலை, கலாட்டா பண்றாங்க.’

‘யோவ்! யாருய்யா நீ?’

முயல் டெலிபோன் பஸ்ஸர் ஒலிக்க, அந்தப் பெண் அதை எடுத்து ‘எஸ் டாக்டர், எஸ் டாக்டர், நாட் அட் ஆல் டாக்டர்’ என்றாள். அவள் விழிகளில் கலவரம் இருந்தது.

‘அப்ப நீங்க போறீங்களா? பேஷன்ட்ஸ் எல்லாரும் பார்க்கறாங்க பாருங்க!’ சிவா கணேஷின் மார்பின்மேல் கை வைத்துத் தள்ள முற்பட, அந்தக் கையை விலக்கிக் கொண்டு, ‘மிஸ், நீங்க பொய் சொல்றது நல்லதில்லை. பிற்காலத்தில் துன்பம் வரும். என் பேர் கணேஷ். லாயர். அட்ரஸ் டெலிபோன் டைரக்டரியில். ஆயிரத் தெட்டு கணேஷ் இருக்கான்னு ரெண்டு ‘என்’ போட்டு ஸ்பெல்லிங் குடுத்திருக்கேன். ஜி.ஏ.என்.என்...’

'அட போய்யான்னா!'

'கவலைப்படாதீங்க பாஸ். ரெண்டு நாள் டயம் கொடுங்க. அந்த பொண்ணு ஜாதகம் பூரா கண்டுபிடிச்சிடறேன். உடம்பிலே எத்தனை மச்சம்னு... அசப்பிலே பார்த்தா ஸ்ரீபிரியா மாதிரி இல்லே?'

'அவ பொய் சொல்றா வசந்த்.'

'எனக்கென்னவோ அவ்வளவு திட்டவட்டமா சொல்ல முடியலை. ஆனா அந்த ஆள் ஜவஹர் விட்டல் அலைஸ் ராஜா டேப்பில சொன்ன வர்ணனை அந்த இடத்துக்கு எவ்வளவு பொருந்துது பார்த்தீங்களா?'

'கோயில் மாதிரி இடம்னான். பலாப்பழ வாசனை... அவன் இந்த வழியா வந்திருக்கான்!'

'ஆனா மைலாப்பூர்னு சொல்லலியே! கோயிலோட சம்மந்தப் பட்ட ஏதோ ஊர்னுதானே சொல்லியிருக்கான்.'

'வசந்த்! இந்தக் கேஸுல விடை தெரியாத கேள்விகள் நிறைய இருக்கு. ஒரு பேப்பர் பென்சில் எடுத்துக்க. எழுது.' வசந்த் கணேஷின் மேஜைமேல் அபரிமிதமாகப் பரவியிருந்த புஸ்தகங் களில் ஒரு பென்சில் தேடினான்.

கணேஷ் கண்ணை மூடிக்கொண்டு தன் இரண்டு ஆள்காட்டி விரல்களையும் மூக்கின் பாலத்தில் இழுத்துக்கொண்டு பேசினான்.

1. ஐ.சி.எஃப் ராஜா ஏன் திடீர் என்று பீட்டர்ஸ் ரோட்டுக்குப் போய் தான்தான் ஜவஹர் விட்டல் என்று அட்டகாசம் செய்தான்?
2. அவன் மேல் இருந்த கேஸ் ஏன் அத்தனை சீக்கிரம் வாபஸ் வாங்கப்பட்டது?
3. பெரம்பூரிலிருந்து ராஜா மைலாப்பூர் உதயா பாலிகிளினிக்கு ஏன் வந்தான்?
4. தனித்தனியாக ஒரு கொலாஜ் சித்திரம் போல் இருக்கும் அந்த விவகாரத்தில் யார் யார் பொய் சொல்லுகிறார்கள்? யார் நிஜம்?

5. இதை நாம் ஏன் இன்னும் இழுத்துப்பிடித்து வைத்துக் கொண்டிருக்கிறோம், எல்லோரும் கைவிட்ட பிறபாடும்?

'கடைசிக் கேள்விக்கு வேணா ஒரு பதில் சொல்கிறேன் பாஸ்.'

'சொல்லு!'

'கொழுப்பு' என்றான்.

'இல்லை வசந்த். ஆர்வம். இந்தக் கேஸில் வக்கீல் கணேஷுக்கு வேலையே கிடையாது. கோர்ட்டை விட்டு வெளியே வந்துருச்சு. ராஜா தன் இருப்பிடத்துக்குப் போய்ட்டான். எல்லாம் முடிந்துபோய் ஜமக்காளத்தைச் சுருட்டிட்டாங்க. இருந்தாலும், இந்தக் கேஸ் என்னைப் பொருத்தவரையிலும் டாண்டலைஸிங்கா இருக்குது. ஒரு பொண்ணோட கைமட்டும் தெரியுது. மார்பில ஒரு பாகம் தெரியுது! காலில் ஒரு சின்ன விரல் மட்டும் தெரியுதுன்னு வெச்சுக்க, பாக்கிப் பொண்ணு என்னன்னு தெரியவேண்டாமா?'

'அதுக்குள்ள நமக்கே ஒருமாதிரி ஸ்க்ரூ லூஸாயிடும் போல இருக்குது பாஸ். அந்தக் கேஸைப் பத்தி நினைக்கறதே நமக்கு என்ன புண்ணியமா? புருஷார்த்தமா? ஒரு பைசா பேறாது. நாம யார் கட்சின்னே கூடத் தெரியலை. எவனோ வரான், நான்தான் விட்டல்ங்கறான். அவன் கேஸை எடுத்துக்கன்னு ஒரு டாக்டர் சிபார்சு பண்றார். எடுத்துக்கறதுக்குள்ள ஆள் காணாமப் போயி ஐ.ஸி.எஃப் ராஜாவாய்டறான். அய்யய்யோ! உன்னை ஜென்மத்தில் பார்த்ததில்லைங்கறான். இந்தப் பொண்ணானா... சும்மா சொல்லக் கூடாது... சரியான சரக்கு... நின்னு விளையாடும் போலத்தான் இருக்கு...'

'தியேட்டர் ஆஃப் தி அப்ஸர்ட்னு கேள்விப்பட்டிருக்கியா?'

'பாஸ் நம்மை இந்த இன்டலெக்சுவல் சமாச்சாரங்களில் விடாதீங்க! டீனா முனிம் பத்திக் கேளுங்க சொல்றேன்...'

டெலிபோன் அடிக்க கணேஷ் அதை எடுத்தான்.

'மிஸ்டர் கணேஷ்?'

'ஸ்பீக்கிங்.'

'என் பேர் ஹேமலதா!'

கணேஷ் உடனே குரலை அடையாளம் கண்டுகொண்டு விட்டான். 'உதயா பாலி க்ளினிக் ரிஸப்ஷனிஸ்ட்!'

'ஆமாம்!'

'சொல்லுங்க!'

'நீங்க கிளினிக்ல வந்து என்னை விசாரிச்ச விஷயத்தைப் பத்தி நான் உங்ககூட தனியாப் பேசணும். எங்க வீட்டுக்கு வர முடியுமா உங்களால்?'

'தாராளமா!' என்றான் கணேஷ்.

13

இருவரும் மாலை அந்தப் பெண்ணின் வீட்டுக்குச் சென்றார்கள். ராயப்பேட்டைப் பகுதியில் ஹைரோடிலிருந்து விலகின சந்தில் மௌனமான சில வீடுகளில் ஒரு வீட்டின் பின்பக்கத்துப் போர்ஷனில் இருந்தாள் அந்தப் பெண்.

கணேஷும் வசந்தும் வருவதற்காகச் சற்று பதட்டத்துடன் காத்திருந்தாள். கதவைத் திறந்தவள் கழுத்திலும் முகத்திலும் காணப்பட்ட வியர்வை முத்துகள் அவள் மன நிலையைக் காட்டின.

'தாங்க் காட், நீங்க வந்துட்டீங்க! மறுபடி போன் பண்றதா இருந்தேன். உக்காருங்க! என்ன சாப்பிடறீங்க?'

மிகவும் இளமையான பெண். பத்தொன்பதுக்கு அப்பால் இருக்காது என்று சொல்லலாம். பதினாறு என்று சொன்னாலும் நம்பலாம். கழுத்தில் அவளைக் காட்டிக் கொடுத்த சங்கிலியில் இன்னும் அந்தத் தங்கச்சாவி தொங்கியது. மெல்லிய உதடுகள். மெலிதாக்கப்பட்ட புருவம். மிகையில்லாமல் மேக்கப் செய்து கொள்வது எப்படி என்பது பற்றிப் புத்தகமே எழுதக்கூடியவள் போல இருந்தாள்.

‘என் பேர் வசந்த். இவர் கணேஷ்.’

‘என் பேர் கேக்கறீங்க! அவ்வளவுதானே?’

‘ப்ரீதி!’ என்றான் வசந்த்.

‘அட, எப்படித் தெரிஞ்சுண்டிங்க!’

‘உங்க முகத்தைப் பார்த்ததும் ப்ரீதின்னுதான் பேர் இருக்கும்னு தீர்மானிச்சுட்டேன். அதுவும் கண்கள்!’

‘அப்புறம் உங்க ஆபீசிலேயும் விசாரிச்சோம்’ என்றான் கணேஷ்.

‘போட்டு உடைக்கிறீங்களே பாஸ்!’

‘கணேஷ். நீங்க எப்படி என்னை அங்கே தேடிக்கிட்டு வந்தீங்க?’

‘உங்க கழுத்து சங்கிலியில தங்கச்சாவி, உங்க ஹெரால்டு கார்!’

‘அது டாக்டர் கார் கணேஷ். உங்ககிட்ட ஒரே ஒரு வேண்டுகோள். இந்த கேஸைப்பத்தி யார்கிட்டயும் சொல்லிடாதீங்க!’

‘எந்தக் கேஸ்?’

‘அதான். அந்த மிஸ்டர் ராஜாவுடைய கேஸ்!’

‘ஏன்?’

‘இந்த விவகாரம் ரொம்பச் சிக்கலானது. எனக்கே முழுக்கத் தெரியாது!’

‘முழுக்கத் தெரியாம எங்களுக்கு உபதேசம் பண்றீங்களா?’

‘இது எனக்கு அபாயகரமானதுன்னு சொல்றவரைக்கும் தெரியும்!’

‘என்ன தெரியும் உங்களுக்கு?’

‘எனக்குத் தெரிஞ்சதெல்லாம்... நான் அந்த விவகாரத்தில் ஒரு சின்ன பார்ட்தான் செஞ்சிருக்கேன்...’

‘சரி, சொல்லுங்க!’

‘நான் அதை உங்ககிட்ட சொல்றதை...’

‘மூச்! சொல்லுங்க!’

‘எங்க ஆரம்பிக்கிறது? எப்படி ஆரம்பிக்கிறது? ஒண்ணு செய்யுங்களேன். நீங்க என்னைக் கேக்கவந்த கேள்விகளை எல்லாம் கேளுங்களேன். எனக்குத் தெரிஞ்சா உண்மையா பதில் சொல்றேன்!’

‘சரி, வசந்த் கேளு!’ என்றான் கணேஷ்.

வசந்த் கனைத்துக் கொண்டான். ‘மிஸ்டர் ராஜாவை உங்களுக்கு எவ்வளவு நாளாத் தெரியும்?’

‘ரெண்டு மாசமா.’

‘எப்படித் தெரியும்?’

‘நான்தானே ஸார் அவரை அழைச்சுகிட்டு வந்தேன்!’

‘கம் எகய்ன். நீங்க அவரை அழைச்சுகிட்டு வந்தீங்களா?’

‘ஆமாம்.’

‘எங்கே போய்?’

‘பெரம்பூருக்குப் போய்.’

‘பெரம்பூர்ல அவர் அட்ரஸ் எப்படித் தெரியும்?’

‘க்ளினிக்ல குடுத்தாங்க.’

‘யாரு?’

‘டாக்டர் பாலகோபாலும் டாக்டர் கென்னத்தும்.’

‘டாக்டர் கென்னத்! அவரு யாரு?’

‘அமெரிக்கர்!’

வசந்த் கணேஷைப் பார்த்தான். ‘ம். மேல கேளு’ என்றான் கணேஷ்.

‘அதாவது, டாக்டர் பாலகோபால் ராஜாங்கிறவரை பெரம்பூர் அட்ரஸ் கொடுத்து அழைச்சுட்டு வரச் சொன்னார். எதுக்கு?’

‘எதுக்குன்னு சொல்லலை. எப்படியாவது கூட்டிக்கிட்டு வந்துருன்னாங்க!’

‘எப்படியாவது?’

‘ஆமாம்!’

‘எப்படி கூட்டிகிட்டு வந்தீங்க?’

‘ராஜா வீட்டில் இருந்து வெளியில் வந்து பஸ் ஸ்டாண்டுக்கு நடக்கிறதைப் பார்த்தேன். நானும் கூட நடந்தேன். டாக்ஸி ஸ்டாண்டு எங்கேன்னு கேட்டேன். மணி கேட்டேன். சொன்னாரு. காட்டினாரு. அன்னிக்கு அதோட விட்டுட்டேன். மறுநாளும் பஸ் ஸ்டாண்டில் அவரைப் பார்த்தேன். சிரிச்சேன். சிரிச்சாரு. என் பேர் சொன்னேன். தன் பேர் ராஜான்னாரு. நல்ல பேருன்னேன். அப்புறம் ஒரு நாள் போன் பண்ணேன். அப்புறம் ஒரு நாள் சினிமாவுக்குக் கூப்பிட்டேன்.’

‘இதெல்லாம் எதுக்கு செஞ்சீங்க?’

‘அவரை எப்படியாவது க்ளினிக்குக்கு கூட்டி வந்துட்டா இரண்டாயிரம் ரூபாய் தர்றதா சொன்னார் பாலகோபால்!’

‘இரண்டாயிரம் ரூபாயை என்ன பண்ணீங்க?’ என்றான் வசந்த்.

கணேஷ் தொடர்ந்து, ‘அவரை, உங்க க்ளினிக்குக்கு கூட்டி வந்துட்டிங்க. அதுக்கப்புறம் என்ன ஆச்சு?’ என்றான்.

‘அதுக்கப்புறம் நடந்தது எனக்கு சரியாத் தெரியாது, மிஸ்டர் கணேஷ். ஆனா டாக்டர் பாலகோபால் அவரை ஏறக்குறைய சிறைப்படுத்திட்டார்னுதான் சொல்லணும். ஒரு தடவை உள்ளே ஒரு ரூம்ல நான் ராஜாவைப் பார்த்தேன். படுத்தவாக்கில் இ.இ.ஜி. எடுத்துக்கிட்டிருந்தாங்க. நெற்றிக்கு மேல ஒரு இடத்தில் சிவப்பா இருந்தது. டாக்டர் பாலகோபால் ரெண்டு மூணு ஸி.ஸி பிளட் எடுத்தக்கிட்டிருந்தாரு... அதுக்கப்புறம் அவரை ஒரு தடவை மறுபடி அந்த ரூம்லயே பார்த்தேன். சம்மணம் கட்டிட்டு உட்கார்ந்திருந்தாரு. முழிச்சுக்கிட்டு இருந்தாரு. நான் அவரைப் பார்த்துச் சிரிச்சேன். அவர் எழுந்து நடந்தாரு. நில்லுங்க ராஜான்னேன். திரும்பிப் பார்த்து ஸ்பஷ்டமா நான் ராஜா இல்லை. நான் விட்டல்னாரு’

‘இன்டரஸ்டிங்!’ என்றான் கணேஷ்.

'அதற்கப்புறம் அவரைப் பலநாள் பார்க்கலை. ஒரே ஒரு தடவை அவசரத்தில் டாக்டர்கூட பர்ச்சேஸ் பண்ணிட்டுத் திரும்பற போது பாண்டிபஜார்ல பார்த்தேன். சிரிச்சேன். அந்த ஆள் பார்வையில் எதையோ இழந்த மாதிரி பாவமா இருந்தது. டாக்டர் கிட்டச் சொன்னேன். இனிமே அந்த ஆள் பேச்சையே எடுக்க வேண்டாம் என்று கடுமையா சொல்லிட்டார். அவ்வளவுதான் எனக்குத் தெரிஞ்சது!'

'மிஸ் ப்ரீதி! டாக்டர் கென்னத் யாரு?'

'அவர் ரொம்ப நல்லவர். அமெரிக்காவில் இருந்து வந்த விஸிட்டிங் ப்ரொஃபஸர். மனோ வைத்தியத்தில் நிபுணராம். டாக்டர் பாலகோபாலுக்கு கிளாஸ்மேட்.'

'அவர்கூட உங்களை ராஜாவைக் கூட்டி வரச்சொன்னாரா? சரியா ஞாபகப்படுத்திச் சொல்லுங்க!'

'ஆமாம் அவர்கூடத்தான்!'

கணேஷ் யோசித்தான். 'ஆமா, நீங்க ஏன் அதையெல்லாம் எங்கிட்டச் சொல்றிங்க?'

'எனக்கென்னவோ அந்த ராஜா விஷயத்தில், அவரை வெச்சு டாக்டர்கள் எல்லாம் சேர்ந்துக்கிட்டு ஏதோ பரிசோதனை பண்ணி யிருக்காங்களோ, அதனால அவருக்கு ஒரு விதத்தில் ஏதோ ஒரு சேதமோ, நஷ்டமோ நிகழ்ந்து போயிருக்குமோன்னு, உள் ளுணர்வில் தப்பா ஏதோ செஞ்சுட்டம்னு உறைக்குது. மேலும் ராஜாவை இங்கே கூட்டி வர்றதுக்கு நான் உபயோகப்படுத்தப் பட்டிருக்கேன். இரண்டாயிரம் ரூபா அதுக்கு ஜாஸ்தி. என்னவோ அந்த ரூம்ல மத்த ஸ்டாஃபுக்குத் தெரியாம நடக்குதுன்னு ஒரு சந்தேகம் உண்டாயிருக்கு எனக்கு... அந்த ராஜாவுக்கு ஏதாவது ஆய்டுச்சா ஸார்?'

'எல்லாம் ஆய்டுச்சு!'

'போய்ட்டாரா? அச்சச்சோ!'

'போகலை! இருக்காரு. கொஞ்ச நாள் விட்டல்னு சொல்லிக் கிட்டு இருந்தாரு. அதனால சில குழப்பங்கள் ஏற்பட்டு...'

காலிங் பெல் ஒலித்தது. 'யாரோ வந்திருக்காங்க!' என்றான் கணேஷ். அந்தப் பெண் வாயிற்பக்கம் செல்ல, கணேஷ்

சுற்றிலும் பார்த்தான். எம்ப்ராய்டரி நூலில் கொசகொச என்று ஒரு காந்தி தாத்தா பண்ணி ஃபிரேம் போட்டு மாட்டியிருந்தது. மற்றும் ஒரு வாத்து, சரோஜினி நாயுடு போல ஒரு அம்மையார். மந்த்ராலய சுவாமியின் படமும் சத்ய சாய்பாபா படமும் இருந்தன. ஜே.கே டயர்ஸின் காலண்டர் இருந்தது. கான்வகேஷன் உடையில் ஒரு பெண்ணின் போட்டோ இருந்தது. கிட்டப் பார்த்ததில் ப்ரீதி. மேஜைமேல் இருந்த புத்தகத்தில் பார்வதி கிருஷ்ணாராவ் என்று எழுதியிருந்தது. ப்ரீதியின் குரல்தான் கேட்டது. 'ஹலோ டாக்டர்! சர்ப்ரைஸ்!'

'இந்தப் பக்கமா கேன் சேர்ஸ் வாங்க வந்தேன். அப்படியே பார்த்துட்டுப் போகலாம்னுட்டு. எங்கே அம்மா?'

'வெளியில போயிருக்காங்க!'

'உள்ள வரலாமில்லே?'

தயக்கம்... 'ம்... வ... வாங்க!'

அவள் வாங்க சொல்வதற்கு அவர் காத்திருந்ததாகத் தெரியவில்லை. உள்ளே வந்து கணேஷையும் வசந்த்தையும் பார்த்தார்.

அவள் சற்றுத் தயக்கத்துடன் வந்து, 'டாக்டர்! இவங்க மிஸ்டர் கணேஷ், வசந்த்... என்னைப் பார்க்கணும்னு... வந்தாங்க!'

'இவுங்களை நேத்திக்குக் க்ளினிக்குல பார்த்த மாதிரி இருக்கே?'

'பார்த்திருப்பீங்க! நீங்கதான் டாக்டர் பாலகோபாலா?'

'ஆமாம்!'

'கணேஷ், லாயர். மிஸஸ் பார்வதி கிருஷ்ணாராவ் எங்களை வரவழைச்சாங்க! அவங்க சித்தப்பா லாண்ட்ஸ் விஷயமா லிட்டிகேஷன் ஒண்ணு இருக்கு!'

டாக்டர் பாலகோபாலின் கூர்மையான கண்களில் இருந்த சந்தேகம் சற்று மறைந்தது.

'கோர்ட் விஷயமாகவா?'

'ஆமாம் டாக்டர்' என்றாள் ப்ரீதி.

பாலகோபாலுக்கு முப்பத்தாறு வயசிருக்கலாம். பளபளப்பான உடைகள் அணிந்து, பட்டையான ஃபிரேம் மூக்குக் கண்ணாடி

அணிந்து, இருந்த ரோமங்களைச் சரியாகப் படிய விட்டிருந்தார். வாழ்க்கையில் குறுக்கீடு என்பதையே சந்தித்திராதவர்போல இருந்த அவர் முகத்தின் பாவங்கள் சட்சட்டென்று மாற, மூக்கின் வளைவில் சற்று கழுகுத்தனமும் புத்திக்கூர்மையும் தென் பட்டது.

'உங்களைப்பத்தி கேள்விப்பட்டிருக்கேன்' என்றார்.

'உங்களைப் பத்தியும்' என்றான் வசந்த்.

திடுக்கிட்டு, 'யார் சொன்னா?'

'டாக்டர் விஜயகுமார்!'

'ஓ! குட் ஓல்ட் விஜி. அவரைத் தெரியுமா உங்களுக்கு?'

'நல்லாத் தெரியும்!'

'எனிவே மிஸ்டர் கணேஷ்! உங்களைப் பார்த்ததில் சந்தோஷம்.'

'ஸீ யு லேட்டர் ப்ரீதி! கோர்ட் கேஸ் கீஸ் எல்லாம் ஜாக்கிரதையா இரு. வக்கீல்கிட்ட மாட்டிக்கிட்டயானா அப்புறம் தப்பிக்கிறது கஷ்டம்!' என்று சிரித்தார்.

'டாக்டர்கிட்டகூட அப்படித்தானே?' என்றான் கணேஷ் அதே சிரிப்புடன்.

'வாஸ்தவம்! வாஸ்தவம்! டாக்டர்கிட்டயும் ஜாக்கிரதையா இருக் கணும்!'

அவர் சென்றதும், 'நான் உங்களை காண்டாக்ட் பண்றேன்னு சந்தேகப்பட்டுக்கிட்டுத்தான் வந்திருக்காரு! என் வேலை போச்சு!'

'ஏன் பயப்படறீங்க?'

'இல்லைங்க. இரண்டு வருஷத்தில ஒரு தடவைகூட எங்க வீட்டுக்கு வந்ததில்லை அவரு. இன்னிக்கு மட்டும் வந்திருக்காருன்னா?'

'அகஸ்மாத்தா நடந்ததா இருக்கும்.'

'ஸாரி. எதுக்கும் நீங்க போயிருங்க மிஸ்டர் கணேஷ்.'

‘இன்னும் நீங்க சொல்ல வேண்டியதை முழுக்கச் சொல்ல லியே?’

‘சொல்லியாச்சுங்க எல்லாம்!’

‘உங்களை மறுபடியும் பார்க்கணும்னா?’

‘போன் பண்ணுங்க! அப்ப வரீங்களா?’

அவள் வீட்டைவிட்டு வெளியே வந்ததும், கடைசியில, ‘என்ன பாஸ்! வீட்டுக்கு வான்னு கூப்பிட்டு கடைசியில ஏறக்குறையத் துரத்திட்டா?’

‘அதானே! அந்த டாக்டர் வந்ததும் ரொம்ப மாறிட்டா! அவன் கிட்ட பயப்படறா வசந்த். அவ சொன்னதில ஏதாவது புரிஞ்சுக்க முடிஞ்சுதா உன்னால?’

‘ம்ஹூம். வீட்டுக்குப் போய் யோசிக்கணும்.’

‘எனக்கு என்னவோ அந்தப் பொண்ணுக்கு நாளைக்கு வேலை போய்டும்னு தோணுது!’

‘ஏன்?’

‘டாக்டர் பாலகோபால் என்னதான் சாந்தமா இருக்கிற மாதிரிக் காட்டிக்கிட்டாலும் அவர் மூக்கு நுனிமட்டும் அடிக்கடி துடிச்சுக் கிட்டே இருந்ததைக் கவனிச்சியா? நிச்சயம் அவ நம்மை சந்திச்சுப் பேசினதை அவர் விரும்பலை.’

‘ஏன்?’

காரை ஸ்டார்ட் பண்ணி மெதுவாகவே ஓட்டினான் கணேஷ். எலியட்ஸ் ரோடும் ராயப்பேட்டை ஹைரோடும் குறுக்கிடும் இடத்தில் சிவப்பு விளக்கு.

‘ஐ.ஸி.எஃப்ல ஒரு ராஜா! அவனை ஒரு பொண்ணு மயிலாப் பூர்ல ஒரு கிளினிக்குக் கூட்டி வரா! அப்புறம் ஒரு ப்ளாக் பாக்ஸ். அப்புறம் அவன் நான்தான் விட்டல்ங்கறான்... விட்டல் வீட்டுக்குப் போய் அட்டகாசம் பண்றான். ஒரு மனைவியைக் கொல்ல முயற்சித்து மாட்டிக்கிட்டு ஜெயில்ல இருந்து பெயில்ல வந்து, மறுபடி ஐ.ஸி.எஃப் ராஜாவாய்டறான். என்ன அர்த்தம்?’

‘அனர்த்தம். பச்சை விளக்கு. போங்க!’

கார் இடதுபுறம் திரும்பிக் கடற்கரை பக்கம் சென்றது.

'வசந்த், நடுவில ஒரு வெள்ளைக்காரன் வேற வர்றான்!'

'நடுநடுவில நீங்க வேற புரியாம பேசறீங்க!' என்றான் வசந்த்.

'வசந்த், ஒரு ஆளுடைய ஞாபகங்களை, மனசை மருந்துகளை வெச்சுக்கிட்டு கண்ட்ரோல் பண்ண முடியுமா?'

'எனக்கு சொல்லத் தெரியலையே பாஸ்!'

'மூணுநாள் டயம் குடுக்கறேன். மைண்ட் கண்ட்ரோல் எக்ஸ்பெரிமெண்ட்ஸ் பத்தி கிடைக்கிற அத்தனை தகவலும் எனக்கு வேணும்! தர்றியா?'

'நீங்க என்ன சொல்றீங்க? அந்த ராஜாவுடைய மனத்தை மருந்துகள் மூலமா விட்டலா மாத்திட்டாங்கங்கறீங்களா?'

'அதைவிடத் தீவிரம்!' என்றான் கணேஷ்.

14

வசந்தைத் தெரியவில்லை. மூஞ்சி மறைந்திருந்தது. அவ்வளவு புஸ்தகங்களை மார்போடு அணைத்துக்கொண்டு உள்ளே நுழைந்து அவற்றை கணேஷின் முன் இறக்குமதி செய்து, 'அப்பாடா' என்று மூச்சுவிட்டான்.

'என்னடா?'

'எல்லாம் மைண்ட் கண்ட்ரோல் பற்றிப் புத்தகங்கள்.'

'வாங்கினாயா!'

'நானா! எல்லாம் ஓசி! லைப்ரரி, பிரிட்டிஷ் கவுன்ஸில், கன்னிமரா, யுனைட்டட் ஸ்டேட்ஸ். ரொம்ப சுவாரஸ்யமான ஃபீல்டு பாஸ். 1930 வரைக்கும் பி.காம்ப்ளெக்ஸ் குறைவினால் ஏற்பட்ட ஒரு வியாதியைப் பைத்தியம் பிடிச்சுடுச்சுன்னு சொல்லிக்கிட்டிருந்தாங்களாம்... டிராங்விலைஸர்ஸ் எப்பக் கண்டுபிடிச்சாங்க தெரியுமா? 1950-ல்... அப்புறம் தோரஸின்னுட்டு ஒரு மருந்தாம்... சஞ்சீவி. அந்த ஒரு மருந்தே பைத்தியக்கார ஆஸ்பத்திரிகளைப் பாதி காலியாக்கிடுச்சாம்!'

வசந்த் அடுக்கிக்கொண்டே செல்ல, கணேஷ், ‘ஈஸி, ஈஸி!’ என்றான். அந்தப் புத்தகங்களைப் பார்வையிட்டான்.

The Manipulation of Human Behaviour
Brainwashing in Red China
TSD Tech Report on Communist Control Technique

‘சபாஷ்! படிச்சியா?’

‘நிறைய அங்கங்கே படிச்சேன்.’

‘என்ன தெரிஞ்சுக்கிட்டே?’

‘ஒரு ஆளுடைய மனசை சப்பாத்தி மாவு மாதிரிப் பிசையலாம் னுட்டு.’

‘பிசைஞ்சு?’

‘நம்ம இஷ்டத்துக்கு இழுக்கலாம். எல்லாத்துக்கும் மருந்து இருக்குது. மனசை வளைக்க ஹிப்னாடிஸம் இருக்குது. எல்லாம் கெமிஸ்ட்ரி பாஸ்.’

கணேஷ் அந்தப் புத்தகங்களில் ஒன்றை எடுத்துப் புரட்டினான்.

"I can hypnotise a man without his knowledge or consent into committing treason" என்று படித்தான்.

‘சொன்னது யாரு?’

‘டாக்டர் ஜார்ஜ் ஈஸ்டர் ப்ரூக்ஸ், டிபார்ட்மென்ட் ஆஃப் சைகாலஜி, கால்கேட் யூனிவர்ஸிட்டி!’

‘கேளுங்க பாஸ்! உலக மகாயுத்தத்தில் சில சோல்ஜர்கள்... கை அப்படியே குண்டு அடிபட்டுத் துண்டாத் தொங்குமாம்! ‘ம்ஹூம் வலியே இல்லை’ ம்பனாம்! எப்படி?’

‘எப்படி?’

‘எல்லாம் என்டார்ஃபின்! நமக்குள்ளேயே சுரக்கிற போதை மருந்து...’

‘புரியலை. ஆனா நிறையப் படிச்சிருக்கேன்னு தெரியுது! வசந்த், நீ மைண்ட் கண்ட்ரோல் பத்தி படிச்சவனாக்கும். நம்ம ஆசாமி கேஸ்ல ஏதாவது தெரியுதா உனக்கு?’

'என்னால ஒரு விதமான யூகம்தான் பண்ண முடியும் பாஸ்.'

'பண்ணு.'

'ஆனா, நான் இப்ப சொல்றதெல்லாம் நவீன மருத்துவ, மனோ தத்துவ முறைகளின்படி சாத்தியம்!'

'சரி! அதுக்குத்தான் புஸ்தகமா அடுக்கியிருக்கே! ம்... சொல்லு!'

'ஆனா என்ன காரணத்துக்கு இப்படி நடந்ததுன்னு கேட்டா நான் அம்போ.'

'கேக்கலை. சொல்லு!'

'அந்த ஆள்பேர் ராஜாதான்!'

'சரி!'

'டாக்டர் பாலகோபால் அமெரிக்காவில படிச்சவரு, மனோ வைத்திய நிபுணர்.'

'சரி.'

'அவருக்குப் பரிசோதனை பண்ண ஒரு ஆள் தேவைப்படறான்.' வசந்த் கணேஷின் கண்களில் தெரிந்த கேள்வியைப் பார்த்து, 'கேக்க வேண்டிய கேள்விகளையெல்லாம் அப்புறம் வெச்சுக் கங்க. நான் முழுக்க சொல்றதைச் சொல்லிடறேன்' என்றான்.

'சரி!'

'டாக்டர் பாலகோபாலுக்கு ஒரு கிளினிக் தேவைப்படறது. ஏதோ ஒரு மருந்தையோ, ஏதோ ஒரு ஹிப்னாடிஸ முறையையோ பரிசோதித்துப் பார்க்க ஒரு ஆசாமி தேவையாயிருக்கு. அந்தப் பெண்ணை ஐ.ஸி.எஃப்க்கு அனுப்பிச்சு 'அந்த ராஜாவை எப்படியாவது கூட்டிக்கிட்டுவந்தா உனக்கு பணம் தர்றேன்'னு அனுப்பியிருக்காரு. எதுக்காக ஐ.ஸி.எஃப் வரைக்கும் அனுப்பணும்? மயிலாப்பூர்லயே ஆள் இல்லையான்னு கேட்டா அதுக்குப் பதில் என்கிட்ட இல்லை! அந்த இடம் ப்ளாங்க். புள்ளி புள்ளி கோடிட்ட இடம். நிரப்ப வேண்டிய இடம். ஆச்சா? அந்தப் பொண்ணு பெரம்பூருக்கு வந்து, ராஜாவை சந்திச்சு அவரோட சினேகிதம் உண்டாக்கிட்டு அவரை இங்கு அழைச்சிக் கிட்டு வந்திருக்கா... இங்க டாக்டர் பாலகோபால் அவனுக்கு

ஏதோ மருந்தை வடிகட்டி, அவன் நினைவுகளோட குறுக்கிட்டு, அவன் மனசில இருக்கிற ஞாபகங்களை சப்ஜாடா மாத்தி, ஜவகர் விட்டலுடைய ஞாபகங்களை உள்ளே ஏத்திட்டார்! சிரிக்காதீங்க. புஸ்தகங்களைப் படிச்சீங்கன்னா தெரியும். ஆல்ஃபா ரிதம்னா என்ன தெரியுமா? கொக்கெய்னோட விளைவுகள் எல்லாம் தெரியுமா? சிரிக்கிறீங்களே?'

கணேஷ், 'த! சும்மா நான் படிக்காத பேரை எல்லாம் சரடு விடாதே! சிரிக்கலை. மேலே சொல்லு!'

'இது மருந்துகளால் அல்லது ஹிப்னாடிஸத்தாலே சாத்தியம்னு சொல்ல வரேன்.'

'நம்பறேன். மேல சொல்லு.'

'ட்ரீட்மெண்ட் கொடுத்துட்டு இருக்கிறபோது, அவன் க்ளினிக்ல இருந்து தப்பிச்சு வந்திருக்கான். தன்னை ஜவகர் விட்டல்னு நினைச்சுக்கிட்டு அந்த அட்டகாசம் எல்லாம் செஞ்சு, அப்புறம் நடந்தது, அவன் ஜெயில்ல விடுதலை ஆனவரைக்கும் நமக்குத் தெரியும்.'

'அதற்கப்புறம்?'

'அவன் விடுதலை ஆன உடனே பாலகோபால் அவனை மறுபடியும் அழைச்சுக்கிட்டுப் போயிருக்கலாம். க்ளினிக்கில அவனுக்கு மாற்று மருந்து கொடுத்து பழையபடி அவன் மனசில ராஜாங்கிற ஒரிஜினல் ஞாபகங்களை வரவழைச்சிருக்கலாம். ராஜா திரும்ப வீட்டுக்குப் போயிட்டான். காணாமப் போயிருந்தவன் திரும்பச் சேர்ந்துட்டான். நடுவில் என்ன நடந்ததுன்னு அவனுக்கு ஞாபகமே இல்லை.'

கணேஷ் கஷ்டப்பட்டுச் சிரிக்காமல் இருந்தான்.

'இதை என்னை நம்பச் சொல்றியா?'

'புஸ்தகங்களைப் படிங்க பாஸ். இதைவிட வினோதமான விஷயங்கள் எல்லாம் நடந்திருக்கு! RHIC-EDOMனா என்ன தெரியுமா?'

கணேஷ் மௌனமாக இருந்தான்.

"Radio Hypnotic Intra-cerebral Control - Electronic Dissolution of Memory..."

‘லிங்கன் லாரன்ஸ்ன்னு ஒரு ஆசாமி. 1967-ல்...’

‘வசந்த்! எனக்கு தலை சுத்துது. நானும் இந்தப் புஸ்தகங்களைப் பார்க்கறேன். உன் கதையை நம்பறேனா இல்லையான்னு அப்புறம் சொல்றேன். அதுக்கு முன்னாடி ஒண்ணு ரெண்டு விஷயம் மட்டும் சாத்தியம். இதில் ஐ.ஸி.எஃப் ராஜாங்கிறவனை டாக்டர் பாலகோபால்ங்கறவர் எதுக்கோ ஒரு பரிசோதனைக்கு உபயோகப்படுத்தி இருக்கார். முதல்ல உண்மைகளைப் பாரு. அப்படி உபயோகப்படுத்தினதால, அந்த ராஜா திடீர்னு நான்தான் ஜவஹர் விட்டல்னு ரகளை செஞ்சான். அவனை நாம் ஜாமீன்ல விடுதலை பண்ணோம். அப்புறம் அவன் திடுதிடுப்புனு சரி யாய்ட்டான். இவ்வளவுதான் நடந்த விஷயங்கள். இதில இருக்கிற இடைவெளிகளை நீ ஒருவிதத்திலே நிரப்பினே. புஸ்தகங்களைப் படிச்சுட்டு நீ நிரப்பினது சரியான்னு சொல்றேன். மேலும் நீ எல்லா இடைவெளிகளையும் இன்னும் நிரப்பலை. உன் கதையிலயும் நிறைய கோட்டை வாசல்கள் இருக்கு! காத்தடிக்குது! வெட்ட வெளி. இப்ப நீ என்ன பண்றேன்னா, நேரப்போய் அந்தப் பெண்ணை இன்னும் கொஞ்சம் விசாரிச்சுப்பாரு. அப்புறம்...’ கணேஷ் சற்று யோசித்து, ‘வேண்டாம்... வம்பு!’என்றான்.

‘என்ன பாஸ்?’

‘ம்ஹூம்! மாட்டிக்கிட்டா ராஜேந்திரன் முகத்தில் முழிக்க முடியாது.’

‘பாஸ், நான்கூட அதை யோசிச்சேன்!’

‘எதை?’

‘பாலகோபால் க்ளினிக்கில திருட்டுத்தனமா நுழைஞ்சு குடைஞ்சு பார்க்கறதுன்னு.’

‘அடப்பாவி, என் மனசை அப்படியே படிக்கிறயேடா!’

‘எத்தனை வருஷமா பழக்கம்? என்ன பாஸ் செஞ்சி பார்க்க லாமா?’

‘கன்னம் வைக்கிற வேலையா?’

‘நீங்க வரவேண்டாம்!’

‘நீ மட்டும் தனியாவா?’

‘இல்லை, என் ஃப்ரெண்டு பக்கிரிசாமின்னு ஒருத்தர் இருக்கார்... ராபர்ட்ஸன் பேட்டைல. அவர் கையை வெச்சா எந்தப் பூட்டும் ஒரு கன்னிப் பெண்ணின்...’

‘வசந்த்! உபமானங்கள் வேண்டாம்!’

‘எந்தப் பூட்டும் திறந்துக்கும்.’

‘அந்தக் க்ளினிக்கில பூட்டில்லை. கோத்ரெஜ் டோர் லாக்.’

‘அட கவனிச்சிருக்கீங்களே! அப்பவே உங்களுக்கு பூட்டு உடைக்கிற எண்ணம் இருந்திருக்கணும்.’

‘சும்மா பார்த்து வெச்சுக்கிட்டேன்.’

‘அப்ப இன்னிக்கு அல்லது நாளைக்கு ராத்திரி பூட்டை உடைச்சு நுழைஞ்சுடறோம்.’

‘மாட்டிக்கிட்டா பேரைச் சொல்லவே சொல்லாதே!’

‘பேர் கேட்டா சுப்ரமண்ய பாரதின்னு சொல்லிடறேன்!’

‘அடேய், அவர் பெரிய கவிஞர்டா! முன்னப்பின்ன கவிதை பற்றித் தெரிஞ்சுருந்தா-’

வசந்த் குறுக்கிட்டு

மெல்லிய மேகத்திரைக்குள் மறைந்திடும்
வெண்ணிலாவே - உன்றன்
மேனியழகு மிகைபடக் காணுது
வெண்ணிலாவே!

என்று பாடினான்.

பிறகு, ‘வரேன் பாஸ். எட்டரைக்குப் போன் பண்றேன்’ என்று சொல்லிவிட்டு டாட்டா காட்டிவிட்டுச் சென்றான்.

கணேஷுக்குத் திறந்த வாய் மூடவில்லை.

டெலிபோனை எடுத்து டாக்டர் பாலகோபாலின் கிளினிக்குக்குப் போன் செய்தான். அந்தப் பெண்தான் பதில் சொன்னாள்.

‘ஹலோ, கணேஷ் பேசுறேன்!’

‘எஸ், மிஸ்டர் கணேஷ். வாட் கேன் ஐ டு ஃபார் யூ!’

'கணேஷ் லாயர்!'

'டு யூ வாண்ட் டு ஸீ டாக்டர் பாலகோபால்?'

'நான் உங்ககூடப் பேசணும். எப்ப வரலாம்?'

'ஸாரி உங்களை எனக்குத் தெரியாது.' பட்டென்று தொடர்பு அறுந்தது.

கணேஷ் சற்று நேரம் அறுந்த டெலிபோனைப் பார்த்திருந்தான். வசந்த் இரவு அவளைச் சந்திக்கப் போனாலும் போவான். பாசாங்கு செய்கிறாளா? டாக்டர் பாலகோபால் ஒருவேளை ஒட்டுக் கேட்பாரோ என்ற பயமா? அல்லது இவளும் டாக்டரின் பரிசோதனைப் பொருள்களில் ஒருத்தியா... ராஜாவைப் போல்!

கணேஷ் ஒரு சிகரெட் பற்ற வைத்தான். வில்ஸ் பிடித்துக் கொண்டிருந்தவன், பட்ஜெட்டுக்குப் பிறகு வில்ஸ் ப்ளேக்குக்கு இறங்கிவிட்டான். என்றாவது ஒரு தினம் நிச்சயம் இதை நிறுத்தி விடத்தான் போகிறான். அந்தப் புத்தகங்களைப் பார்த்தான். வசந்த் திடுதிப்பென்று பாரதியின் வரிகளைச் சொன்னதன் அதிர்ச்சி இன்னும் பாக்கியிருந்தது. வசந்த்! இத்தனை வருஷங்கள் அவனிடம் பழகியும் அவன் மனத்தையே பூரணமாக உணர முடியவில்லை.

டெலிபோன் மணியடித்தது. எடுத்து அசிரத்தையாக 'ஹலோ!' என்றான்

'மிஸ்டர் கணேஷ்?'

'எஸ்!'

'சரியாக இருபத்து நான்கு மணி நேரம் தருகிறேன், அதற்குள் உன் குரங்கு வேலைகளை நிறுத்தவில்லையென்றால், ஒரு ரோடு விபத்தில் நீ ரத்தச் சேறாகத் தேய்ந்து போவாய். பீஸ் பீஸாகக் கழன்று போவாய். எரிக்கப் பிணம் கிடைக்காது.'

'ஹலோ.'

அந்தப்பக்கம் வெட்டிவிட்டது. கணேஷ் யோசித்தான். சரியான சிம்மக்குரல்... ஆண்குரல் 'அதற்குள்' என்பது ஏறக்குறைய 'அதற்குல்' என்றது போல இருந்தது. 'கழன்று' என்றது 'கஜன்று' என்பது போல இருந்தது. யாரோ தமிழ் தெரியாத ஆள்

இங்கிலீஷில் தமிழ் வார்த்தைகளை எழுதி வைத்துக்கொண்டு படிப்பது போல...

இருபத்து நாலு மணி நேரம்! விவகாரம் சற்று வசீகரமாகிக் கொண்டிருக்கிறது.

அந்த பயமுறுத்தல் வெற்றுப் பயமுறுத்தலாக இல்லாமல் அவர்கள் நிஜமாகவே எதையும் செயல்படுத்தக்கூடியவர்களாக இருந்தால்-?

கணேஷின் கடைசிக் கேஸ்! வசந்த் சரியாக எட்டரைக்கு டெலிபோன் செய்தான். 'பக்கிரியைப் பார்த்துட்டேன். பாஸ். இன்னிக்கு ராத்திரி காமதேனுவில் ஒரு சினிமா பார்த்துட்டு அப்புறம் இரண்டு பேரும் கிளினிக் பக்கம் போறோம்.'

'வசந்த், ஒரு ஆள் டெலிபோன் செஞ்சான், என்னை மிரட்டி!'

'என்னவாம்?'

'இருபத்து நாலு மணி நேரத்தில் நாம் நிறுத்தாட்டா என்னை ரோடு விபத்தில தேச்சுக் கொல்லப் போறாங்களாம்!'

'சரிதான். பயந்துட்டீங்களா?'

'இல்லை. இன்னும் இல்லை!'

'மாதர்சோத் போனைக் கீழே வைடான்னு சொல்லியிருக்கணும் பாஸ்!'

'சொல்லியிருந்தாக்கூட புரிஞ்சிருக்காது. அந்தக் குரல் தமிழ் தெரியாத குரல். இங்கிலீஷ்ல எழுதி வெச்சுக்கிட்டு படிச்ச மாதிரி இருந்தது!'

'அவ்வளவு கண்டுபிடிச்சுட்டீங்களா! கில்லாடி பாஸ் நீங்க. நீங்க எதுக்கும் கவலைப்படாதீங்க. இருபத்து நாலு மணி நேரம் டைம் இருக்குல்ல. அதுக்குள்ள கபாலி கோயிலையே பேத்துறலாம். அதுவும் நம்ம பக்கிரி ஒரு 'கமலா' போட்டுட்டான்னா போதும். குட்நைட்!'

கணேஷ் அந்தப் புத்தகங்களில் இப்போது தீவிரமாக ஆழந்தான்.

15

அந்தப் புத்தகங்களை கணேஷ் இரவு முழுவதும் படித்தான். பன்னிரெண்டு மணிக்கு ஊரோசை அடங்கியதோ, இரண்டாம் ஆட்டம் சினிமா பார்த்துவிட்டுத் திரும்புபவர்களின் உரத்த விமரிசனமோ, பீச் ஸ்டேஷனில் முதல் மின்சார ரயில்களின் தடக் தடக் தடக் தடக் சப்தமோ எதிலும் கவனமின்றி, கண்கள் எரிய, இதோ இன்னும் கொஞ்சம் என்று தூக்கத்தை ஒத்திப் போட்டுப் படித்து, ஜன்னலுக்கு வெளியே வானம் வெளுத்திருப்பதைப் பார்த்து ஆச்சரியப்பட்டு நிறுத்தினான். கடவுளே, இதெல்லாம் சாத்தியமா?

கணேஷின் நீலப் பென்சில் அந்தப் புத்தகங்களின் பற்பல இடங்களில் அடிக்கோடிட்டிருந்தது. தானே சொந்தமாகப் பல குறிப்புகள் எடுத்துக்கொண்டான்.

'ஹிப்னாட்டிஸத் தூக்கத்திலிருந்து நீ எழுந்திருக்கும் போது உன் மனத்தின் அடித்தளத்தில் படிந்திருக்கும் செய்திகளை நீ கொஞ்சமும் அறியமாட்டாய்!'

கணேஷின் குறிப்புகளைப் பார்த்ததில் அவன் எழுதியிருந்த வாக்கியங்கள் ஒன்றுக்கொன்று தொடர்பில்லாமல் இருந்தன. நோட்டுப் புத்தகத்தின்

ஆரம்பத்தில் சற்றுப் பெரிதாக CIA என்று எழுதி அதன் அருகில் ஒரு கேள்விக்குறி இட்டிருந்தான்.

டாக்டர் பாலகோபால் அமெரிக்காவில் படித்தவர். அன்று கன்னிமாராவில் சந்தித்த வெள்ளைக்காரன் யார்? வசந்தை விசாரிக்கச் சொல்லவேண்டும். டாக்டர் கென்னத்?

கணேஷின் சித்தாந்தம் நிஜமாகவே வினோதமான சித்தாந்தம். ராஜா ஒரு கருவி. ஏதோ ஒரு பெரிய வேலை செய்வதற்கு ஒரு கருவி. அவன் மனத்துக்குள் ஞாபகங்களை மாற்ற முடியுமா என்று சோதித்துப் பார்த்திருக்கிறார்கள். எதனால்? ஹிப்னாடிஸ முறைப்படியா, இல்லை மருந்துகளை வைத்தா?

அமெரிக்க உளவு ஸ்தாபனமான ஸி.ஐ.ஏ. ஆர்ட்டிசோக் பரி சோதனைகளின்போது உபயோகித்த மருந்துகள் அட்ரினலின், அக்டொரான், ஆம்ஃபிட்டாமின், காஃபீன், கொக்கெய்ன் என்று மொத்தம் 139 வகைகள். மருந்துகளில் ஒன்றைக் கொடுத்துப் பரிசோதித்து.

எதற்கு? ஸி.ஐ.ஏ.யின் ரகசியம் நீக்கப்பட்ட கடிதம் 1131, பக்கம் ஒன்று. "There are two major methods of altering or controlling human behavior, and the Soviets are interested in both. The first is psychological; the second, pharmacological." என்று தொடங்கியது.

பின்னது உத்தமம். எதற்காக? காரணம் என்ன?

காரணத்தைப் பற்றிக் கவலைப்படாதே! நடந்தது வசந்த் சொன்னபடியாக இருக்கலாம். மருந்து கொடுத்து தாற்காலிக ஞாபகங்களை மாற்றுவது சாத்தியம். ராஜாவுக்கு ஏதோ மருந்து கொடுக்கப்பட்டது. அது அவன் ஞாபகங்களை மாற்றி... ஏன்? ஜவஹர் விட்டலுக்கும், ஐ.ஸி.எஃப் ராஜாவுக்கும் ஏன் இந்த முடிச்சு? அதை மறந்துவிட்டால் சரியாக வருமா? இதோ...

அமெரிக்காவில் படித்த டாக்டர் ஏதோ ஒரு பரிசோதனை செய்ய விரும்புகிறார். ராஜாவுக்கு அந்த மருந்து கொடுக்கப்பட்டு அவன் எண்ணங்களில், தாற்காலிகமாக ஜவஹர் விட்டலாக....ம்ஹூம். உதைக்கிறது.

கணேஷ் தன் மார்பின்மேல் அந்தக் குறிப்புப் புத்தகத்தை வைத்துக்கொண்டு அப்படியே தூங்கிவிட்டான். டெலிபோன்

அவனை எழுப்பியது.

'பாஸ், வசந்த். தூங்கி எழுந்தாச்சா?'

'இப்பதான் தூங்கப் போனேன் வசந்த்!'

'சரிதான், நீங்களும் சிவராத்திரியா?'

'எங்கேருந்து பேசறே, ஜெயிலா?'

'இல்லை.'

'அப்ப?'

'காரியம் முடிஞ்சுது!'

'யூ மீன்?'

'டாக்டர் பாலகோபால் கிளினிக்கில பூட்டை உடைச்சு புகுந்து எடுத்தாச்சு!'

'என்ன?'

'டட்டடாங்.. சஸ்பென்ஸ்!'

'நான் சொல்லட்டுமா? டேப் ரிகார்டர்! டேப்!'

'ம்ஹூம். நான் எடுத்தது மொத்தமும் நாலு சதுர சென்டிமீட்டருக்கு நாலு சமாச்சாரங்கள்!'

'என்னது? சொல்லித் தொலையேன்!'

'நீங்க எதிர்பார்க்கவே மாட்டீங்க!'

'சொல்லுடா!'

★

'மைக்ரோ ஃபிலிமைக் காட்டினான். கோத்ரெஜ் அலமாரி, அலமாரிக்குள் ஒரு உள் அலமாரி. அதுக்குள்ள ஒரு புஸ்தகம். புஸ்தகத்துக்கு உள்ள...'

கணேஷ் அதை வெயிலில் பார்த்தான். 'ரொம்பப் பொடிப் பொடியா இருக்குதே. படிக்க முடியாதுபோல இருக்கே?'

‘அதுக்கு ஏற்பாடு பண்ணியிருக்கேன். மைக்ரோ ஃபிலிம் ப்ரொஜெக்டர் சாஸ்திரி பவன்ல, ஒரு சர்க்கார் ஆபீஸ்ல இருக்கு அங்கே ஒரு கிளார்க்...’

‘அவனுக்கு உனக்கு தெரிஞ்சவளா ஒரு தங்கை இருப்பாளே?’

‘எப்படித் தெரிஞ்சுது! பத்து மணிக்கு ப்ரொஜெக்ஷன் ஏற்பாடு பண்ணியிருக்கேன். பை தி வே வசந்தாவுக்கு உங்களைப் பார்க்கணுமாம். உங்க ரசிகையாம்!’

‘சரிதான்!’

‘அப்புறம் பாஸ். நான் திருடப் போன விவரத்தைச் சொல்லவே இல்லையே. நம்பாளு பக்கிரி இருக்கான் பாருங்க, விரல்னா விரல்! பூட்டை உடைக்கிறது ஒரு கலை பாஸ்!’

‘சரி, உடைச்சு உள்ளே புகுந்தீங்க!’

‘பக்கிரி உள்ள வரலைன்னுட்டான். உடைக்கிறதோட சரின்னுட்டு வெளியில ரிஸப்ஷன் ரூம்ல விளக்கைப் போட்டுக்கிட்டு சரித்திரத் தொடர்கதை படிச்சுக்கிட்டிருந்தான்.’

‘நான் உள்ளே போனேன். தடங் தடங்குனு பாங்கோ டிரம்ஸ் மாதிரி சப்தம் கேட்குது என் இதயம்!’

‘வசந்த், இந்த விவரங்கள் எல்லாம் வேண்டாம்! திருடினே. வந்தே. அவ்வளவுதானே?’

‘இருங்க, நீங்க இதைக் கேட்டுத்தான் ஆகணும்! அது லாபரட்டரி மாதிரி இருக்குது. நிறைய மருந்து சீசாக்கள், வினோதமான கருவிகள் எல்லாம் பளபளன்னு அமெரிக்காவில் செஞ்சது. ஒரு ஈ.ஈ.ஜி மிஷின் பெரிசா இருந்தது... விஞ்ஞானம், மருத்துவம் சம்பந்தப்பட்ட சாதனங்களும் மருந்துகளும் நிறைந்திருந்த அந்த இடத்தில ஒரே ஒரு சமாச்சாரம்தான் உறுத்தியது. ஒரு நேஷனல் பானஸோனிக் டூ இன் ஒன் காஸெட் ரேடியோ.’

‘அடப்பாவி, அதையும் அடிச்சுட்டியா?’

‘சேச்சே? அதில இருந்த காஸெட் டேப்பை மட்டும் எடுத்து வந்தேன்.’

‘அப்புறம் இந்த மைக்ரோ ஃபிலிம்?’

‘அதான் சொன்னேனே! கோத்ரெஜ் அலமாரி. அதுக்குள்ள ஒரு சின்ன அறை. அதுக்குள்ள - பக்கிரிக்கு கோத்ரெஜ்னா உசிரு!’

‘இன்னும் எவ்வளவு கேடிகள் சினேகிதம் உனக்கு.’

சைதாப்பேட்டையில மஸ்தான்னு ஒருத்தன் இருக்கான். ட்ரெயின் பைப்புல சரசர சரன்னு ஏறிடுவான்.

கணேஷ் அந்த டேப்பை வாங்கிப் பார்த்தான்.

‘நம்ம கிட்ட ஒரு இண்டியன் காஸெட் டேப்ரெக்கார்டர் இருந்ததே! நீதானே எடுத்துட்டுப் போயிருந்தே.’

‘கொண்டு வந்திருக்கேன் பாஸ், இந்த டேப்பை நீங்க போட்டுக் கேக்கறதுக்குத்தான்.’

‘அதுக்கு முன்பே நீ கேட்டுப் பார்த்தியா?’

‘கேட்டுப் பார்த்தேன், புரியலை. வெறும் வாத்ய சங்கீதம் ஆனா...?’

‘ஆனா?’

‘வினோதமான சங்கீதம். நீங்கதான் கேட்டுப் பாருங்களேன்!’

வசந்த் அந்தக் காஸெட்டை கணேஷுக்குப் போட்டுக் காட்டினான்.

பெரும்பாலும் மௌனம். அப்புறம் திடீர் என்று அந்த சங்கீதம் வெடித்தது.

ஆங்கில சங்கீதமோ, ஐரோப்பிய, ரஷ்ய, கிழக்காசிய சங்கீதமோ அல்ல!

பரிச்சயமில்லாத மெட்டு. பரிச்சயமில்லாத திடீர்த் திருப்பங்கள்! வாத்தியங்களில் ஒன்றிரண்டைத்தான் அடையாளம் கண்டு கொள்ள முடிந்தது.

‘இது என்னடா ட்யூன்?’

‘யாருக்கு பாஸ் தெரியும்? டேப்லேருந்தது இது ஒரு ட்யூன் மட்டும்தான்! ஒரு மாதிரி இல்லே?’

வசந்த் கணேஷின் குறிப்புக் காகிதங்களை எடுத்துப் பார்த்தான். 'புதுசா ஒண்ணும் இல்லையே? ஏறக்குறைய நான் சொன்னதைத் தானே சொல்றீங்க!' என்றான்.

'சம்பந்தா சம்பந்தமில்லாம இருக்கு. ஐ.ஸி.எஃப் ராஜா - பீட்டர்ஸ் ரோடு ஜவஹர் விட்டல் - மயிலாப்பூர் டாக்டர் பாலகோபால்... அந்தப்பெண்... பேர் என்ன? ஏதோ ஒரு லதா - அப்புறம் இந்த வினோத கானம். இது எல்லாத்துக்கும் ஒரு பொதுவான விஷயம் இருக்கு! அது என்ன?'

'இந்த மைக்ரோஃபிலிம் பார்க்கலாமா!'

★

சாஸ்திரி பவனில் இருந்த, உள்துறை மந்திரிசபையைச் சேர்ந்த அந்த அலுவலகத்தில் மைக்ரோ ஃபிலிமில் இருப்பதைப் பெரிதுபடுத்திப் பார்ப்பதோடு அதன் காகிதப் பிரதி ஒன்றும் கிடைக்கும் இயந்திரம் இருந்தது. கணேஷ் வெளியே காத்திருக்க வசந்த் பதினைந்து நிமிஷங்களில் காப்பி எடுத்துக் கொண்டு வந்தான். மரநிழலில் நிறுத்தி கணேஷ் அந்தக் காகிதங்களைப் பார்வையிட்டான்!

பரம ரகசியம் - உன் கண்களுக்கு மட்டும்.

1. ஆளைத் தேர்ந்தெடுத்தபின் மூன்று ஸி.ஸி எபிடாக்ஸின்-டி கொடுக்கலாம்.
2. ஹிப்னாடிஸத் தூக்கத்தில் ஆழ்த்தவும்.
3. ஆசாமி காரியத்துக்கு உகந்தவனா என்று கண்டுபிடிக்க மூன்று முறைகள் உள்ளன. அதில் டெனிகின் முறை பிரசித்தமானது. அது அவன் ஞாபகங்களைத் தாற்காலிகமாக மாற்றுவது.

மூன்று அல்லது நான்கு ஹிப்னாடிஸப் பகுதிகளில் திரும்ப திரும்ப திரும்ப 'நீ நீயில்லை' என்று மனத்தில் பதித்து 'நீ வேறு ஆசாமி' என்பதை மனசில் ஏற்ற வேண்டும்!

அந்த வேறு ஆசாமி ஒரு நிஜ ஆளாக இருப்பது நல்லது. அது நீயாக இருக்கலாம் அல்லது உன் நண்பன். சொல்லி வைத்த நண்பன் அல்லது உன் பேஷண்டுகளில் ஒருத்தன். இனி வேறு ஆசாமியின் அந்தரங்க விவரங்களை ஒவ்வொன்றாக அவனுக்குப் போதிக்க வேண்டும்!

(உ-ம்) நீ ஜான் இல்லை ராபர்ட். உன் மனைவியின் பெயர், உனக்கு இத்தனை குழந்தைகள். உன் நாயின் பெயர். நீ எங்கே தொழில் புரிகிறாய்...

திரும்பத் திரும்பச் சொல்ல வேண்டும். ஆசாமி நமக்கு உகந்தவனாக இருந்தால் முழுவதும் மாறிவிடுவான். குறைந்தபட்சம் பதினைந்து நாள்களுக்காவது மாறுபட்டவன் போலவே நடந்து கொள்வான். அவன் நினைவை மறுபடியும் திருப்ப ஆண்ட்டி டாக்ஸின் 323-ஐ இரண்டு ஸி.ஸி கொடுத்து படுக்க வைத்தால், இரண்டு மணி நேரம் தூங்கி எழுந்ததும் பழையபடி மாறிவிடுவான். அந்தப் பதினைந்து நாள்களின் ஞாபகமும் அவனுக்கு இருக்காது. இவ்வாறு சுலபமாக மாறுபவனே மிகவும் உகந்தவன்.

'எதற்கு?' என்றான் வசந்த்.

'தெரியலியே! ஆனா ஒரு விஷயம் க்ளியர் ஆறது. ஜவஹர் விட்டல்-ராஜா-டாக்டர் பாலகோபால். இவர்களுடைய சம்பந்தம். டாக்டர் பாலகோபால், இந்த ராஜா காரியத்துக்கு உகந்தவனா என்று பார்க்க பதினைந்து நாள் ஜவஹர் விட்டலா அவனை மாற்றியிருக்கார். டேவிஸ்ஸனின் பிரசித்தமான முறை.'

'ஜவஹர் விட்டல்ங்கிறவர் டாக்டர் பாலகோபாலுடைய பேஷண்டா இருக்கலாம். அவரைப் பற்றிய அந்தரங்க விவரங்கள் எல்லாம் டாக்டருக்குத் தெரிந்திருக்கலாம்! சரி பொருந்தறது. ஆனா காரியம்னா என்ன? என்ன காரியம்?'

'ம்ஹூம்' என்று தலையாட்டினான். கணேஷ் காரைக் கிளப்பினான்.

கணேஷ் தன் அலுவலகத்துக்குத் திரும்பி அறைக்குள் நுழைகையில் போன் அடித்துக் கொண்டிருந்தது! எடுத்தான்.

'கணேஷ்'

'ஸ்பீக்கிங்!'

'ராஜேந்திரன்!'

'ஓ. ஹலோ ராஜேந்திரன்?'

‘எத்தனை நாளா இந்த வேலையெல்லாம்?’ என்று சிரித்தார் ராஜேந்திரன்.

‘என்ன வேலை?’

‘திருட்டு! உங்க அஸிஸ்டெண்ட் வசந்த் இருக்காரே, அவர் மயிலாப்பூர்ல ஒரு கிளினிக்ல பூட்டை உடைச்சுப் பணம் திருடியிருக்காரு!’

‘பணமா? பணமில்லை.’

‘அப்ப திருடினது நிஜம்தான். உங்களுக்கும் தெரியும்னு தெரியுது. கணேஷ் ஏன் இப்படிச் சின்னத்தனமான வேலைகள் எல்லாம்?’

‘ராஜேந்திரன், நீங்க எப்படிக் கண்டுபிடிச்சீங்க?’

‘ஏன், நீங்க ஒருத்தர்தான் புத்திசாலின்னு எண்ணமா உங்களுக்கு? போலீஸ் அவ்வளவு மோசமில்ல கணேஷ்!’

‘சேச்சே! நான் அப்படிச் சொல்லலை.’

‘எப்படிக் கண்டுபிடிச்சிருப்போம்னு யோசிச்சுப் பாருங்க! அதுக்கு முன்னால உங்க வசந்த்தை என்னை வந்து பார்க்கச் சொல்லுங்க, இதுக்கு முந்தி ஜெயிலுக்குப் போயிருக்காரா?’

‘இல்லை.’

‘காரணம் சரியா இல்லைன்னா நிச்சயம் அனுப்பிவிடுவேன். என்னய்யா மனுசன் நீங்க?’

கணேஷ் டெலிபோனை வைத்தான். வெறித்துப் பார்த்தான்.

‘என்ன பாஸ்?’ என்றான் வசந்த்.

‘ஆப்பிட்டுக்கிட்டோம், ராஜேந்திரன்கிட்ட! நேற்று அந்த கிளினிக்கில பூட்டை உடைச்சது நீதான்னு தெளிவா சொல்றார்.’

‘அடப்பாவி! எப்படிக் கண்டுபிடிச்சாங்க?’

‘உன்னை வரச்சொல்லியிருக்காரு.’

‘என்ன பண்றது பாஸ்? முந்தி பிந்தி ஜெயிலுக்குப் போய்ப் பழக்கமில்லையே!’ என்றான் வசந்த் கலவரத்துடன்.

'ராஜேந்திரனை ரெண்டு பேரும் போய் பார்த்து எதுக்காக இப்படி செஞ்சோம்னு ஆதியோடந்தமா சொல்லிப் பார்க்கலாம். ஒத்துக்கிட்டா சரி!'

'இல்லாட்டா?'

'கொஞ்சநாள் ஜெயில்லதான் இரேன்! தினம் நான் வந்து உன்னைப் பார்க்கிறேன்!'

'சமயத்திலே காலை வார்றீங்களே! எப்படிக் கண்டுபிடிச்சாங்க! அதான் ஆச்சரியமா இருக்குது!'

'இந்த மாதிரி பர்க்ளரி கேஸுல எல்லாம் முதல்ல விரல் ரேகை தடவுவாங்க! அந்தப் பக்கிரி பழைய கேடி. அவன் விரல் ரேகை ஜில்லா ஜில்லாவா போலீசுக்குத் தெரிஞ்சிருக்கும். அவனைப் போய் நாலு தட்டுத்தட்டி விசாரிச்சிருப்பாங்க. அவன் நம்ம ஃப்ரெண்டு வசந்துன்னு ஒருத்தன்தான் கூட்டிப் போனான்னு சொல்லியிருப்பான்-வசந்த்!'

கணேஷ் அந்தக் கடைசி வார்த்தையை ஏறக்குறைய அலறினான்.

'என்ன பாஸ்?'

'பேப்பரை பாரு! இந்தச் செய்தியைப் படி! இதோ பார் இந்தச் செய்தி. இதோ பார்! இதைப்படி படி!'

கணேஷ் ஜுரம் வந்தது போல் மாறிவிட்டான்.

16

கணேஷ் சுட்டிக்காட்டிய செய்தி பத்திரிகையின் ஒரு ஓரத்தில் வெளியாகி இருந்தது. வசந்த் அதைப் படித்தான்.

'சிலியானா ஜனாதிபதி சென்னை விஜயம். சென்னை ஜூலை நாலு. சிலியானாவின் ஜனாதிபதி இரண்டு தினங்கள் சென்னைக்கு வருகிறார். முதல் தினம் வெள்ளிக்கிழமை ஆறாம் தேதி. அவர் முதல் அமைச்சருடன் பேச்சுவார்த்தை நடத்துகிறார். இரவு விருந்தில் கலந்து கொள்கிறார். சனிக்கிழமை அவர் மத்திய அரசின் இணைப்பு பெட்டித் தொழிற் சாலைக்கு விஜயம் செய்கிறார். சிலியானா தேசத் துக்கு ஐ.ஸி.எஃப் ஸ்தாபனம் உற்பத்தி செய்துதரும் நூறு விசேஷ ரக இணைப்புப் பெட்டிகளில் முதல் பெட்டியை ஸ்தாபன முதல்வரிடமிருந்து பெற்றுக் கொள்ளும் விழா நடைபெறும். அதன் பின் அவர் கல்பாக்கம் சென்று அணு மின் நிலையத்தைப் பார்வையிடுவார். இரவு ஒன்பது மணிக்கு திரும்ப புதுடெல்லிக்குப் புறப்படுகிறார்!'

'சிலியானா! எங்கே இருக்கிறது இந்த சிலியானா?' என்றான் கணேஷ்!

'தென் அமெரிக்கா! புதுசாகடு குடியாட்சி பெற்ற தேசம்! ஸ்பானிஷ் ஆதிக்கத்திலிருந்து...'

‘இப்போது கம்யூனிஸ்ட் ஆட்சியாக மாறியிருக்கிறது! இல்லையா?’

‘பாஸ். நீங்க என்ன சொல்றீங்க!’ வசந்த் விசிலடித்தான். ‘நீங்க சொல்றது நான் நினைக்கிறதுதான்னா இது ரொம்ப பெரிய விஷயம்!’

‘ரொம்பத் தீவிரமான விஷயம்தான் வசந்த் அது! ஐ.ஸி.எஃப்ல இருக்கிற ஒரு ஆளை மயிலாப்பூர்க்கு எதுக்குக் கூட்டி வந்தாங்கங் கற கேள்வி நம்மை ரொம்பக் கொடுமைப்படுத்திகிட்டிருந்திச்சு இல்லை?’

வசந்த் சற்றுத் தயங்கி யோசித்து, ‘நினைக்கவே பயங்கரமா இருக்குது பாஸ்!’ என்றான்.

‘இது ஒரு சாத்தியம்தான் வசந்த். யோசித்துப் பாரு!’

‘ஆமா, ஒரு சாத்தியம்தான்! முதல்ல நாம ராஜேந்திரனைச் சந்திக்கணும்!’

‘அவர்கிட்ட நம்ம க்ரேஸி தியரிய சொல்றதுக்கு முன்னாடி சில விவரங்கள் தெரிஞ்சுக்கணும்! இன்னிக்கு என்ன கிழமை?’

‘வெள்ளி.’

‘நாளைவரை டயம் இருக்குது இல்லை?’

‘ஆமா!’

‘முதல்ல ஐ.ஸி.எஃப்ல விசாரி. அந்த விழாவுடைய விவரங்கள் என்ன? எப்படி நடத்தப் போறாங்க? எங்கே? எத்தனை மணிக்கு?’

‘அவுங்க பப்ளிக் ரிலேஷன்ஸ் ஆபீஸ¬ல கேட்டாத் தெரிஞ் சிடும்?’

‘எப்படியோ? அதை முதல்ல தெரிஞ்சுக்க!’

‘அப்புறம் இந்த காஸெட்?’

‘இரு, இரு. கொஞ்சம் யோசிக்கணும். நீ அந்த விழாவுடைய விவரங்களை முதல்ல தெரிஞ்சுண்டு வாயேன். முடியுமா, இல்ல ராஜேந்திரன் மூலமா அப்ரோச் பண்ணலாமா?’

‘அவர்கிட்ட என்ன சொல்லப் போறோம்? நம்புவாரா?’

‘அதுக்குத்தான் கொஞ்சம் முன்விவரம் தெரிஞ்சுக்கிட்டா நல்லது. முக்கியமா வசந்த், அந்த விழாவில், நம்ப ராஜா ஏதாவது ஒரு விதத்தில் சம்பந்தப்பட்டிருக்கானாங்கறது தெரியணும்!’

‘தெரிஞ்சுக்கலாம்!’

‘ராஜா ஐ.ஸி.எஃப்ல ஒரு சாதாரண ஃபோர்மேன். அவனுக்கு இந்த வி.ஐ.பி.க்கள் வரபோது கலந்துக்க சந்தர்ப்பம் இல்லை. இருந்தாலும் அந்த விழா தொழிலாளிகள் முன்னாடி நடக்கப் போறதா? அல்லது மானேஜ்மெண்ட் ப்ளாக்கில சிம்பாலிக்கா தான் நடக்கப் போறதா? எல்லா விவரமும் வேணும்!’

‘பாஸ், நீங்க சரியான கற்பனையுள்ள ஆசாமி.’

‘கற்பனை இல்லை வசந்த் இது. நிஜத்தை இப்படிச் சின்ன சின்ன உண்மைகளை வெச்சுக்கிட்டு ரீ-கன்ஸ்ட்ரக்ட் பண்ற வேலை. நீ எதுக்கும் உடனே பெரம்பூர் போய் விசாரிச்சிக்கிட்டு வந்துறேன்!’

‘கவலைப்படாதீங்க. இன்னும் ஒன்றரை மணி நேரத்துக்குள்ள உங்களுக்கு தகவல் ரெடி! காரை எடுத்துட்டுப் போகட்டுமா?’

‘தாராளமா! எங்க வேணும்னாலும் போ.’

‘அப்புறம் இன்னொரு விஷயம் வசந்த். உன்னால முடியலைன்னா...?’

‘என்னால முடியாதுன்னு ஒண்ணும் கிடையாது பாஸ்.’

‘இல்லை வசந்த்! அந்த டெலிபோன் பயமுறுத்தலினால...’

‘கவலைப்படாதீங்க, என்னை ஒருத்தரும் ஒண்ணும் செய்ய முடியாது!’

அவன் சென்று ஒரு மணி- இரண்டு மணி-மூன்று மணி நேரமாகி விட்டது. டெலிபோன் வரவில்லை. தகவல் எதுவும் இல்லை. கணேஷ் கவலைப்பட ஆரம்பித்தான். காரில் இங்கிருந்து பெரம்பூர் செல்ல அதிகபட்சம் நாற்பது நிமிஷம் ஆகும். அங்கே விசாரிக்க ஒரு மணி நேரம், இரண்டு மணி நேரம்! இன்னும் இரண்டு மணி நேரம் ஆகிவிட்டது. வசந்திடமிருந்து ஒரு செய்தியும் இல்லை. அவன்மேல் கோபம் வந்தது, ‘என்ன

மனுஷன் இவன்! போனவன் தகவல் தெரிவிக்க வேண்டாம்? காரை வேறு எடுத்துக்கொண்டு போய்விட்டான். என்னை ஏறக்குறைய பூட்டிவிட்டாற் போல் ஆகிவிட்டது. இன்னும் ஐந்து நிமிஷம் பார்க்கலாம். அதற்கப்புறம்...'

'அதற்கப்புறம்?'

'ராஜேந்திரனுக்கு டெலிபோன் செய்ய வேண்டியதுதான்!'

டெலிபோன் ஒலித்தது.

அப்பாடா! வசந்தாகத்தான் இருக்கும்.

'கணேஷ்!'

'கணேஷ்! நான் ராஜேந்திரன் பேசறேன்!'

'ராஜேந்திரன்! ஓ! ராஜேந்திரன்! என்ன விஷயம்?'

'எம்.எஸ்.ஆர். 6633 உங்க கார்தானே?'

'ஆமாம்!'

'வெள்ளை ஃபியட்!'

'ஆமாம்!'

'அப்ப உங்க பிரண்ட் வசந்த்தான் அது.'

'என்ன ஆச்சு?' கணேஷின் உடல் பூரா அச்சம் பாய்ந்தது.

'நீங்க எதுக்கும் ஜி.எச்சுக்கு வாங்க! இன்டென்ஸிவ் கேர் யூனிட்ல.'

'என்ன ஆச்சு ராஜேந்திரன்! வசந்துக்கு என்ன ஆச்சு?'

'பெரம்பூர் போற வழியில் உங்க காரைப் பார்த்தோம். கதவு திறந்து இருந்தது. தனியான இடம். ஆள் நடமாட்டமில்லாத இடம்! பத்துப் பதினஞ்சு மீட்டர் தள்ளி புதரில் ஒரு ஆள் கிடக்கிறதைப் பார்த்தோம். முகமெல்லாம் அடிபட்டு வீங்கிப் போய் ஒரே ரத்தம். மல்ட்டிப்பிள் ப்ராக்ச்சர்!'

'ஓ மை காட்! உசிர் இருக்கா?'

'இருக்கு! பட் ஹி இஸ் க்ரிட்டிக்கல்! கணேஷ், விஷயம் என்ன சொல்லுங்க! எனக்குத் தெரியாம நீங்க ஏதோ ஸோலோ முயற்சி பண்ணிக்கிட்டிருக்கீங்கன்னு நினைக்கிறேன்! ராத்திரியானா மயிலாப்பூர்ல க்ளினிக்ல சாதாரணத் திருடங்க மாதிரி பூட்டை உடைக்கறீங்க! அப்புறம் இது. கணேஷ் என்ன இதெல்லாம்?'

'சொல்றேன் ராஜேந்திரன்! அதுக்கு முன்னாடி வசந்த்... வசந்தை நான் பார்க்கணும்!'

'ஆஸ்பத்திரியில் பார்த்துட்டு நேரா ஆபீஸ் வாங்க. என்ன? உங்க கார், எங்ககிட்ட இருக்குது.'

டாக்ஸியில் செல்லும்போது கணேஷுக்குத் துக்கம் முட்டியது. 'வசந்த்! என் அருமை நண்பனே! ஸாரிடா! என்னைப் போல ஒரு முட்டாள் கிடையாது. விஷயம் இவ்வளவு தீவிரமாக இருக்கும் போது அவனை இப்படி அனுப்பி இருக்கலாமா? எனக்கு என்ன தெரிகிறது? பகைவர்களுக்கு என் ஒவ்வொரு சலனமும் தெரிந்திருக்கிறது! அவர்கள் பயமுறுத்தியது வெற்றுக்கு அல்ல! யார் அவர்கள்? நான் நினைத்தது சரிதான். இது மிகத் தீவிரமான விஷயம். மிகவும் தீவிரமானது! எவ்வளவுதான் பைத்தியக்காரத் தனமாகத் தோன்றினாலும் ராஜேந்திரனிடம் சொல்லியே ஆக வேண்டும் என் ஒருத்தனால் இதைச் சமாளிக்க முடியாது. வசந்த் பையா! ஐம் ஸாரி!'

ஐ.ஸி.யூவில் பற்பல சாதனங்களுக்கு மத்தியில் வசந்த் கண் மூடிப் படுத்திருந்தான். அப்பா, எத்தனை கட்டு! நெற்றியில் பெரிசாக ஒன்று, மார்பில், தாடையில் ஒன்று, மூக்கில் ரப்பர் குழாய் வழியாக ஆக்ஸிஜன். இடது கையில் ரத்தம்!

'வசந்த்!'

'ஷ்... டிஸ்டார்ப் பண்ணாதிங்க!'

'தூங்கறானா? மயக்கத்தில் இருக்கானா?'

'ஸெடெட்டிவ்ஸ் கொடுத்து வெச்சிருக்கோம்! மார்ஃபியா கொடுத்திருக்கோம்!'

வசந்த் கண்ணை மூடிப் படுத்திருந்தான். அருகில் இருந்த டாக்டரைக் கேட்டான்.

‘எங்களால முடிஞ்சதை எல்லாம் செய்யறோம். கவலைப் படாதீங்க. தி பேஷண்ட் இஸ் யங். நல்ல ஸ்டாமினா இருக்கு. கவலைப்பட்டு ஒண்ணும் நடக்கப் போறதில்லை.’

‘பிழைச்சிடுவானில்ல?’

‘அந்த நம்பிக்கையில்தான் ஆஸ்பத்திரியே ஓடுது!’

‘மைகாட்! கணேஷ்.’

ராஜேந்திரன் திகைத்து நின்றார். சற்று நேரமாயிற்று அவர் பேச.

‘நீங்க என்ன சொல்றீங்க கணேஷ்?’

‘ராஜேந்திரன், அது ஒரு சாத்தியம்தான்! ஆனா ஒரு மிகக் கடுமை யான சாத்தியம்! இல்லைன்னா இன்னிக்கு வசந்த் எப்படி அடிபட்டிருக்க முடியும்? நிச்சயம் அந்தச் சதி நடந்துகிட்டுத்தான் இருக்கு!’

‘அப்ப என்ன செய்யணும்ங்கறீங்க? நம்பவே முடியலை! நிறைய துப்பறியும் கதை படிக்கிறீங்களா?’

‘அப்படின்னா என் அஸிஸ்டெண்ட் வசந்தை அடிச்சுப் போட்டது யாரு? எதுக்காக ஒரு விரோதமும் இல்லாம அந்த மாதிரிக் குற்றுயிரும் குலை உயிருமா அடிச்சுப் போட்டிருக்காங்களாம் ராஜேந்திரன்? நான் இப்ப சொல்றது எல்லாம் பைத்தியக்காரன் பேச்சா இருக்கலாம். இன்னும் கொஞ்சம் யோசிக்க விடுங்க! இதுக்கு முன்னாடி நான் கேட்டது...’

‘சிலியானா ப்ரெஸிடன்ட்டுடைய ஐ.ஸி.எஃப் நிகழ்ச்சி நிரல். அவ்வளவுதானே? தரச்சொல்றேன்!’ என்று டெலிபோனை எடுத்தார் ராஜேந்திரன்.

பத்து நிமிஷத்தில் அவருக்கு அந்தத் தகவல் கிடைத்தது. மாலை 4.00 தொழிற்சாலைக்கு வருகை. 4.30 ஜீப்பில் தொழிற் சாலையைச் சுற்றிப் பார்த்தல். 5.15 தேனீர், வரவேற்புரை. 5.35 ஷாப் நம்பர் ஒன்பதுக்குச் செல்லுதல். 5.40 அங்கு ஒரு தொழிலாளரிடமிருந்து முதல் பெட்டிக்கான சாவியைப் பெறுதல்; முதல் ரயில் பெட்டியை அந்தத் தொழிலாளருடன் பார்வையிடுதல். 5.45 பதில் உரை, 5.50 தேசிய கீதம் சிலியானா; தேசிய கீதம் இந்தியா.

'தொழிலாளர்! தொழிலாளர்! ராஜேந்திரன், யார் இந்தத் தொழிலாளர்? பெயர் என்ன உடனே விவரம் வேணும்! உடனே!'

'அதுக்கென்ன! கொஞ்சம் இருங்க. விசாரிச்சுச் சொல்றேன்.' ராஜேந்திரன் மறுபடியும் டெலிபோனை எடுக்க கணேஷ் மறுபடியும் அந்த நிகழ்ச்சி நிரலைப் பார்த்தான். 5-40 ரயில் பெட்டியை அந்தத் தொழிலாளருடன் பார்வையிடுதல்! 5.45 பதில் உரை... 5.50 தேசிய கீதம் சிலியானா, தேசிய கீதம் இந்தியா!

கணேஷ் பட்டென்று மேஜைமேல் குத்தினான்! 'தட்ஸ் இட்! தட்ஸ் இட்! சிலியானாவின் தேசிய கீதம்!'

'என்ன கணேஷ்! என்ன ஆச்சு உங்களுக்கு?'

'ராஜேந்திரன், என்னிடம் ஒரு காஸெட் இருக்கிறது. அதில் ஒரு பாடல் பதிவாகியிருக்கிறது. சிலியானா தேசத்து கான்ஸலேட் அலுவலகத்துக்குப் போன் பண்ணி, அங்கே அந்த அதிகாரி யாரிடமாவது பேசி, அந்த காஸெட்டைப் போட்டுக் காட்டி, அந்தப் பாடல் அவர்கள் தேசிய கீதமா என்று தெரிந்துகொள்ள வேண்டும்.'

'கணேஷ், புரியும்படியாகப் பேசுங்க.'

'ஸார், அந்தத் தொழிலாளி யாருன்னு தெரிஞ்சுட்டீங்களா?'

'ஒரு ஃபோர்மென். பேர் ராஜா!'

'கை குடுங்க ராஜேந்திரன்!'

'என்ன?'

'ராஜேந்திரன்! அப்ப பூரா கன்ஃபர்ம் ஆயிடுச்சு! இந்தச் சதி நிச்சயம் நடக்கப்போகிறது! அந்த விழாவில் சிலியானா குடியரசுத் தலைவரை நாளைக்கு ஐ.ஸி.எஃப்ல தீர்த்துறப் போறாங்க!'

'நாளைக்கா? இன்னிக்குன்னா விழா?'

'இன்னிக்கா? இன்னிக்கு என்ன கிழமை?'

'வெள்ளி.'

‘சனிக்கிழமைன்னா ஐ.ஸி.எஃப். போறதா பேப்பர்ல போட்டிருந்தான்.’

‘ஒரு நாள் முன்ன தள்ளிப் போட்டுட்டாங்களே தெரியாதா?’

‘இன்னிக்கா? இன்னிக்குன்னா, இப்ப மணி என்ன ராஜேந்திரன்?’

‘4.30!’

‘ராஜேந்திரன் வாங்க! உடனே பெரம்பூர் போகணும். ஆறு மணிக்குள்ள அங்க போயாகணும். தாமதமாச்சுன்னா காரியம் கெட்டுப் போயிடும். சீக்கிரம்... க்விக்!’

‘கான்ஸலேட்டுல ஏதோ விசாரிக்கணும்னு சொன்னீங்களே?’

‘அதுக்கெல்லாம் சமயமில்ல! ஹெலிகாப்டர் இருந்தா, ஹெலிகாப்டர்ல போக வேண்டிய, அவ்வளவு அவசரம் இது. போற வழியில் விவரமாகச் சொல்றேன். கிளம்புங்க!’

ராஜேந்திரனுடன் ஜீப்பில் பாய்ந்து சீறிப் புறப்பட்டுச் செல்ல...

‘கணேஷ் என்ன இது தேசிய கீத பிஸினஸைப் புரியற மாதிரிச் சொல்லுங்க!’

‘இதப் பாருங்க! ராஜான்னு ஃபோர்மென் ஒருத்தன் இன்னிக்கு அந்தச் சாவியை சிலியானா தேசத்துத் தலைவர்கிட்ட விழாவில் கொடுக்கப் போறானில்லை?’

‘ஆமாம்?’

‘அந்த ராஜாதான் நம்ம ஜவஹர் விட்டல் கேஸில அரெஸ்ட் ஆகி விடுதலையானானே அவன்! அவனை மயிலாப்பூர் கூட்டி வந்து அவன் மனசை மாற்ற முடியுமான்னு பரிசோதனை பண்ணிப் பார்த்திருக்காங்க. டாக்டர் பாலகோபால் அண்டு கம்பெனி. மாற்றியிருக்காங்க! இதெல்லாம் எதற்கு? பின்னால வர பயங்கரமான காரியத்துக்கு ஒத்திகை!’

‘சரி, அதான் சொன்னீங்களே. இந்த தேசிய கீதம் என்ன?’

‘மருந்துகள் மூலமாகவும் ஹிப்னாடிஸ முறைகள் மூலமாகவும் ஒரு ஆளை கீ கொடுத்த பொம்மை மாதிரி செய்துறலாமாம். புத்தகத்தில் படிச்சேன்! ஸி.ஐ.ஏ.ல பல வழிகள் வெச்சிருக்காங்க.

பொம்மைன்னா எப்படி? ஒரு ட்ரிக்கர் கொடுத்தால் போதும். உடனே அந்த ஆள் உள் மனசில் பொதிஞ்சிருக்கிற ஒரு பயங்கர காரியத்தைச் செய்துவிடுவான்!

ராஜா அந்த சிலியானா தேசத்துத் தேசிய கீதம் கேட்ட உடனே அதைத்தான் செய்யப் போறான். அந்தப் பாட்டுக் கேட்டவுடன் அவனுக்கு ஒரு வெறி வந்துடும். அவன் மனத்தின் அடித்தளத்தில் புதைச்சு வெச்சிருக்கிற மூர்க்கம் வெளிப்படும். ஹிப்னாடிஸத் தூக்கத்தில், ஸப்கான்ஷியஸ்ஸில் அவனை அந்த சிலியானா ஜனாதிபதியுடைய படத்தைக் காட்டிக் காட்டி அந்தப் பாட்டைத் திருப்பித் திருப்பிப் போட்டு 'கொல்லு அவனை! சுடு சுடு!'ன்னு போதிச்சிருப்பாங்க! அந்தக் கொலை நினைவுகள் எல்லாம் அவன் மனசினுடைய அடித்தளத்தில் மறைஞ்சிருக்கு. தேசிய கீதம் வாசிக்கிறபோது அது வெளிப்படபோகிறது! மிஷின் மாதிரி அந்த ராஜா செயல்படப் போறான். சுடப்போறானா? கழுத்தை நெரிக்கப் போறானா? தெரியலை! இல்லை ஏதாவது ஒரு ஆயுதத்தை எடுத்து படீர்னு அந்தத் தலைவர் மண்டைமேல் போடப்போறான். அப்புறம் அவனை அரெஸ்ட் பண்ணி என்ன கேட்டாலும் ஒண்ணும் ஞாபகம் இருக்கப் போறதில்லை!'

அவர்கள் ஐ.ஸி.எஃப் தொழிற்சாலையின் மெயின் கேட்டுக்கு வந்தபோது, தோரணங்களில் இரண்டு நாடுகளின் கொடிகளும் படபடத்தன.

'சிலியானா தேசத்து அதிபருக்கு நல்வரவு!'

'ஏம்ப்பா, விழா ஆரம்பிச்சுடுச்சா?' என்று செக்யூரிட்டியிடம் கேட்டார் ராஜேந்திரன்.

'ஆரம்பிச்சு முடியப் போறதுங்க!'

'முடியப்போறதா? மணி அஞ்சேகால்தானே?'

'மறுபடியும் டயத்தைக் கொஞ்சம் முன்னே தள்ளி வெச்சுக் கிட்டாங்க.'

17

தோரணங்களில் இரு நாடுகளின் கொடிகளும் காற்றில் விளையாட, தொழிலாளர்கள் முனைந்து ஸ்லாட்டட் ஆங்கிள் ஜி.ஐ.பைப்புகள், ரெயில் பெட்டி செய்ய ஏற்பட்ட மரப்பலகைகள் என்று சகட்டு மேனிக்குப் பிரயோகித்து அமைத்திருந்த பெரிய மேடை, வரி வரியாகப் பந்தல். கைத்தட்டல் ஒலி கேட்டது. கணேஷும் ராஜேந்திரனும் கூட்ட விளிம்பில் வந்து சேர்ந்துகொண்டு நிற்கும் ஒன்றிரண்டு ஆட்களைப் பிரித்துப் பார்த்தார்கள். மேடைமேல் ஐ.ஸி.எஃப் அதிபர். ஆளுனர். சிலியானா தேசத்து அதிபர். மற்றொரு சிலியானா ஆசாமி. மற்றொருவர். அப்புறம் வலது ஓரத்தில் நாற்காலியில் ராஜா.

சிலியானா அதிபர் உட்கார்ந்தவாக்கிலேயே அரைக் கண்ணாடி அணிந்து படித்துக் கொண்டிருந்தார். வழுக்கை. வயசைச் சொல்ல முடியவில்லை. மிக அருமையான நீலத்தில் ஸூட் அணிந்து கோட்டில் ஒரு ரத்த ரோஜா சொருகியிருந்தார். பெரிய காதுகள், பெரிய மூக்கு, பாளம் பாளமாக உதடுகள், அவர்கள் பாஷையில் எழுதி வைத்ததை அவர் வரி வரியாகப் படிக்க, அருகில் ஒரு கான்ஸல் ஆசாமி சுடச்சுட மொழிபெயர்த்துக் கொண்டிருந்தார்.

சிலியானாவும் இந்தியாவும்,

கலாசாரம், தொழில் முன்னேற்றம் இரண்டிலும்,

நட்புறவுடன் செயல்பட.

‘ராஜேந்திரன்!’

‘உங்க ஃப்ரெண்ட் உட்கார்ந்திருக்கான் போல இருக்கே! அந்தக் கோடி ஆசாமிதானே ராஜா?’

‘ஆமாம்! நன்றியுரை நடக்கிறது. இரண்டொரு நிமிஷம்தான் பாக்கி இருக்கும். லவுட் ஸ்பிக்கர் ஆசாமி உட்கார்ந்திருக்கான் பாருங்க, இடது ஓரத்தில் ஸைடில்! சீக்கிரம் அங்க போகணும்!’

இங்கிருந்து அந்த இடம் நூறு மீட்டர் இருந்தது. குந்தி உட்கார்ந் திருந்தவர்களை மூர்க்கத்தனமாகப் பிரித்துக்கொண்டே மேடையை நோக்கி முன்னேறினார்கள்.

‘இந்திய மக்களுக்கு இந்தியத் தொழில் இனத்துக்கு வந்தனமும், நன்றியும். அன்புடன் நான் உங்களிடமிருந்து விடை பெறு கிறேன். வணக்கம்.’

கை தட்டல் ஒலி கேட்டது.

‘போச்சு, போச்சு! அடுத்தது தேசிய கீதம்!

‘சீக்கிரம் வாங்க ராஜேந்திரன்!’

ஆம்ப்ளிஃபையர் அருகில் இருந்த ஆசாமி, முன்னமே டேப் ரிகார்டருடன் இணைக்கப்பட்டுத் தயாராக இருந்த சானலைப் பெரிதுபடுத்தினான்.

‘யோவ் பார்த்து நடய்யா! பூட்ஸ் காலாலயெ மிதிக்கிறியே?’

டேப்பின் ப்ளே பட்டன் அழுத்தப்பட்டது.

மேடையில் யாவரும் எழுந்து மௌனமாக நின்று தேசிய கீதம் ஒலிக்கக் காத்திருந்தார்கள்.

‘கணேஷ்! நீங்க போய் ராஜாவைப் பிடிங்க, சீக்கிரம்!’

‘டயம் இல்லை ராஜேந்திரன், டயம் இல்லை!’

டேப் சுழன்றது. கொஞ்ச செகண்டு ஆரம்ப மௌனம்: வெறும் ஸ்ஸ்ஸ்...

'க்விக். ராஜேந்திரன் முதல்ல டேப்பை நிறுத்திடுங்க. ஸ்டாப். பட்டன் மேல பாஞ்சுருங்க!'

சிலியானா தேசத்து தேசிய கீதம் ஒலிக்கத் தொடங்குவதற்குள், ராஜேந்திரன் அந்தக் கடைசி ஐந்து அடியை வேங்கைப் பாய்ச்சலாகக் கடந்து ஸ்டாப் பட்டனின் மேல் விழுந்தார். ரெகார்டர் நின்றது.

'யார் யார்? யார்யா நீ?'

ராஜேந்திரன் மைக் செட் ஆசாமியிடம், மெதுவாக ஆனால் அழுத்தமாக, 'பாரு! சத்தம் போட்டு கலாட்டா ஏதும் செய்யாதே! போலீஸ்! இந்தப் பாட்டைப் போடக் கூடாதுன்னு உத்தரவு. கம்முனு இரு.'

அவன் பயந்து திருதிருவென்று மேடையை நோக்கி நான் என்ன செய்வது என்று சைகையில் கேட்டான்.

மேடையில் நின்று கொண்டிருந்தவர்கள் பொறுமை இழந்து ஒவ்வொருவராக இடதுபக்கம் நோக்க ஆரம்பித்தார்கள்! ராஜேந்திரன் மேடைமேல் ஏறி இடது ஓரத்தில் இருந்த அதிபரிடம், 'நான் போலீஸ் டெபுட்டி கமிஷனர், இன்டெலிஜன்ஸ். தேசிய கீதம் சரியில்லைன்னு தகவல் வந்தது கடைசி நிமிஷத்தில்; நிறுத்தும்படியா ஆய்டுச்சு' என்று காதில் முணுமுணுக்க, அவர் அருகில் இருந்த கவர்னர் காதில் சொல்ல, கவர்னர் கான்ஸலிடம் சொல்ல... அவர் தோள்களைக் குலுக்கிவிட்டு, நெற்றிப் புருவங்களை உயர்த்திவிட்டு, உதட்டைப் பிதுக்கிவிட்டுப் பரவாயில்லை என்கிற ரீதியில் சிரித்துவிட்டு, கவர்னரிடம் கைகுலுக்கிவிட்டுப் பின்புறம் இறங்கித் தயாராக காத்திருந்த ஸி.ஸி. நம்பர் ப்ளேட்டுடன் கொடி பறக்கும் கான்ஸல் காரில் தலைவருடன் புறப்பட்டுவிட்டார்!

மற்றொரு உதவி கமிஷனர் ராஜேந்திரனிடம் வந்து, 'என்ன ராஜேந்திரன் இந்த கலாட்டா... எனக்கு ஒரு போன் அடிச்சிருக்கக் கூடாதா?' என்றார்.

'போன் பண்ணினனே! ரேடியோ மூலமா செய்திகொடுத்தேனே! உங்களை ரீச் பண்ண முடியலை. லாஸ்ட் மினிட். ஸாரி!'

‘இன்டெலிஜன்ஸ் ஆசாமிகளே இப்படித்தான். அவரு ஏதாவது கோவிச்சுக்கிட்டிருந்தா வேலை போயிருக்கும். இது மாதிரி டிப்ளமாட்டிக் விஷயங்களில் எல்லாம் நீங்க தடாலாடி பண்ணக் கூடாது.’

கூட்டம் கலைந்து கொண்டிருக்க, கணேஷ் ராஜாவின் அருகில் சென்றான். ‘ஹலோ மிஸ்டர் ராஜா...’

ராஜா கணேஷைப் பார்த்த பார்வையில் அன்னியம் இருந்தது. ‘ஹலோ! நீங்க யாரு?’

‘கணேஷ். தெரியலை?’

‘பார்த்தமாதிரி இருக்கு. எங்க பார்த்தேன்னுதான் ஞாபக மில்லை.’

‘எங்க பார்த்தாலும் பார்க்காட்டாலும்... மிஸ்டர் ராஜா எங்க கூட இப்ப வர்றீங்களா?’

ராஜேந்திரன்- ‘எங்க கணேஷ்! போகலாமா?’

கணேஷ், ‘யோவ் மைக் செட்டு! அந்த டேப் ரெகார்டரையும் டேப்பையும் இங்கே கொண்டா!’

‘துரை! அவுங்க குடுத்த டேப்பைத்தான் நான்...’

‘உன்னை யாரும் ஒண்ணும் சொல்லல... மிஸ்டர் வர்றீங்களா?’

‘எங்க வரணும்? எதுக்கு வரணும்?’

‘மிஸ்டர் ராஜேந்திரன் - போலீஸ் உதவி கமிஷ்னர் உங்களோட பேசணும். ஒண்ணும் பயப்பட வேண்டியதில்லை. வாங்க!’

ராஜேந்திரன், ஐ.ஸி.எஃப் அதிபரிடம், ‘எனக்கு ஒரு தனி அறை வேணும்- ஒரு சின்ன பரிசோதனை செய்யறதுக்கு. கணேஷ், ரெடியா?’

‘டேப் ரெகார்டர் ரெடி. ராஜா ரெடி, இன்னும் ஒரு சாதனம் வேணும், சிலியானா ஜனாதிபதியுடைய படம்!’

ராஜேந்திரன் சுற்று முற்றும் மேலே பார்த்தார்.

‘யோவ். மைக்கு! ஏணி இருக்குதில்ல?’

‘இருக்கு துரை.’

‘ஏறு, அந்தப் படத்தை எடுத்துக் கொடு பார்க்கலாம். க்விக்!’

‘என்ன ராஜேந்திரன் இதெல்லாம்? ஏதாவது அரெஸ்ட் பண்ணப் போறீங்களா? யாரை?’

‘யாரையும் இல்லை! போங்கப்பா, கூட்டம் போடாதீங்க. என்ன கணேஷ், போகலாமா? ரூம் எங்க ஸார் இருக்கு?’

‘நேராப் போனா டூல் ரூம் பக்கத்தில், கொஸ்டினிங்கா?’

‘பவர் பிளக் இருக்குமா?’

‘இருக்கு. ஷாக் ட்ரீட்மெண்ட்டா?’

‘வாங்க! அதிகம் கேக்காதீங்க!’

அறைக்குள் வேறு யாரையும் அனுமதிக்கவில்லை. ராஜா, கணேஷ், ராஜேந்திரன், டேப்ரிக்கார்டர்.

‘உக்காருங்க ராஜா!’

‘நில்லுங்க ராஜா!’ என்றான் கணேஷ்.

‘என்ன செய்யப் போறீங்க?’ ராஜாவின் கண்களில் பயமும் மிரட்சியும் தெரிந்தது.

‘ரிலாக்ஸ்! ஒண்...ணும் இல்லை மிஸ்டர் ராஜா. டேப் ரிகார்டர்ல ஒரு பாட்டைப் போட்டுக் காட்டப் போறோம். அவ்வளவுதான்!’ கணேஷ் ராஜாவுக்கு எதிரே சிலியானா ஜனாதிபதியின் படத்தை நிறுத்தி வைத்தான். டேப்பை ரீவைண்ட் செய்து கொண்டான். எதிரே சற்றுத் தள்ளி ராஜேந்திரன் நிற்க, ரிகார்டரின் ப்ளே பட்டனை அழுத்தினான். மௌனம்.

‘நீங்க என்ன செய்யப்போறீங்க?’

‘ஷ்ஷ்ஷ்...’

திடுதிப்பென்று சிலியானா தேசிய கீதம் ஒலித்தது. வசந்த் அபகரித்துவந்த டேப்பில் பதிந்திருந்த அதே மெட்டு! அதே சங்கீதம். கணேஷ் ராஜாவையே கவனித்தான்.

அந்தப் பாட்டை கேட்டதும் ராஜாவின் உடல் இறுகியது. நெற்றி சுருங்கியது. உதட்டைக் கடித்துக்கொண்டான். பல்பட்ட

இடத்தில் ரத்த விளிம்பு தெரிந்தது. கைகள் மூடிக் கொண்டன. மூச்சு பெரிசாக விட ஆரம்பித்தான். நெற்றியெல்லாம் வியர்வை. அவன் பார்வை மெதுவாகத் திரும்பியது. உடல் ஒரு மனித மெஷின் திரும்புவது போலத் திரும்ப, அந்தப் படத்தின்மேல் பார்வை லயித்தது. அவன் உள்தொண்டையிலிருந்து ஒரு மிருக ஒலி புறப்பட்டது. அந்தப் படத்தை தன் முஷ்டியால் தீரத்தீர அடித்துக் கிழித்தான். கண்ணாடி அவனுக்குப் பொருட்டாக இல்லை. அதன் மரச் சட்டங்கள் நாலாபுறமும் சிதற, கிழித்து கிழித்துக் கீழே போட்டுக் குதித்து மிதித்து அருகே ஆயுதம் ஏதாவது கிடைக்கிறதா என்று தேடி, சுவரில் பலகையில் மாட்டியிருந்த பெரிய ஸ்பானரை எடுத்துக் கையெல்லாம் ரத்தமாக, கண்கள் கலங்க... சிவந்து...

கணேஷ் பட்டென்று ஸ்டாப் பட்டனை அழுத்தினான். ராஜா அப்படியே சோர்ந்து நாற்காலியின் மேல் விழுந்தான். வாயில் எச்சில் நுரையுடன் ஒழுக, நாக்கு துருத்தியிருக்க, கண்கள் சொருகியிருக்க 'புஸ் புஸ்' என்று அடிபட்ட மிருகம் போல் மூச்சுவிட்டான்.

ராஜேந்திரன் கதவைத் திறந்து 'க்விக்! கால் எ டாக்டர்' என்றார்.

மாலை ஆறரை மணிக்குத் திரும்பிக் கொண்டிருந்தார்கள். போலீஸ் ஜீப்பில் ரேடியோ பிடிவாதமாகப் பேசிக்கொண்டே இருந்தது. ராஜேந்திரன் முன்னே உட்கார்ந்திருந்தார். இருவரும் மௌனமாக இருந்தார்கள்.

'மை காட்! கணேஷ்! எவ்வளவு பெரிய ஆபத்தில் இருந்து அந்த ஜனாதிபதி தப்பிச்சிருக்காரு! கொஞ்சம் லேட்டாயிருந்ததுன்னா! மை காட்! நடுங்குது எனக்கு. என் கேரியர்ல நான் இந்த மாதிரி ஃபீல் பண்ணவே இல்லை. அந்த ராஜா! நினைச்சுப் பார்க்கவே பயங்கரமா இருக்குது!'

'மேடை மேல மேஜை மேல ஒரு கத்தரிக்கோல் இருந்ததே கவனிச்சீங்களா?'

'கவனிச்சேன்! யாரும் போறதுக்கு முன்னாடியே அஞ்சு குத்து குத்தியிருப்பான். பாட்டை மட்டும் நிறுத்தலைன்னா.'

'கணேஷ்! ஒரு சர்வதேச விபத்தை தவிர்த்துட்டீங்க. பிரில்லி யண்ட்! கமிஷனர் கிட்டச் சொல்லி உங்களுக்கு...'

'அதெல்லாம் வேண்டாம் ராஜேந்திரன். குருட்டு அதிர்ஷ்டம்!'

'ஸி.ஐ.ஏ அமெரிக்க உளவு ஸ்தாபனம். கம்யூனிசத் தலைவர்களை அந்த மாதிரி அஸாஸினேட் பண்றதில் எக்ஸ்பர்ட்ஸ்! கென்னடிகூட இந்த மாதிரி ஒரு பொலிட்டிக்கல் மர்டனுதான் இப்பச் சொல்றாங்க!'

'டாக்டர் பாலகோபால் அவுங்க ஆள்ங்கறீங்களா?'

'நிச்சயம்! அமெரிக்காவில் படிச்சவராச்சே! டாக்டர் கென்னத்துனு ஒரு அமெரிக்கர் சமீபத்தில் வந்து சேர்ந்திருக்காரு.'

'உடனே அரெஸ்ட் பண்ணிடலாம்! விளக்கடியில் மூணு நாள் வெச்சு மூஞ்சு மேல தண்ணியடிச்சு...'

'ம்ஹூம். உண்மை வெளியே வரும்னு எனக்கு நம்பிக்கையில்லை ராஜேந்திரன். ட்ரை பண்ணிப் பாருங்க! அழுத்தக்காரங்க எல்லாரும்.'

'பாத்துறலாம். எங்ககிட்ட விட்டுருங்க, இனிமே!'

'நேரா டாக்டர் பாலகோபால் க்ளினிக்குக்கே ஓட்டச் சொல்லுங்க வண்டியை!'

'அங்கதான் போறோம்! முன்னாலேயே ரேடியோ மெஸேஜ் கொடுத்து ஏரியாவைக் கண்காணிக்கச் சொல்லியிருக்கேன் - யாரும் வெளியில போயிடாதபடி!'

'வெரிகுட்! ராஜேந்திரன்! மூணு மாசம் முன்னாடியே சிலியானா ஜனாதிபதியுடைய ஐ.சி.எஃப் நிகழ்ச்சி நிரல் தெரிஞ்சிருக்கு!'

'அந்த ஃபாக்டரியிலயும் ஆளுங்க இருந்திருக்கலாம்! இந்த ராஜா எப்படி?'

'ராஜா ஒரு கருவிதான்! கத்தி, துப்பாக்கி - ஸ்பானர் மாதிரி. சிலியானா ஜனாதிபதி ஒரு கம்யூனிஸ்ட். அதனால, ஒரு தொழிலாளர் விழாவில் கலந்துக்கிட்டா அவர் சந்தோஷப்படுவார்னு ராஜாவைத் தேர்ந்தெடுத்திருக்காங்க.'

'ஆமாம். மூணு மாசத்துக்கு முந்தியே ஐ.ஸி.எஃப் முடிவு பண்ண ப்ரோக்ராம்தான்.'

'இது அந்த ஸ்தாபனத்துக்கும் தெரிஞ்சு போய், அந்த ராஜாவை வரவழைச்சு அவன் இந்த வேலைக்கு லாயக்கான மன அமைப்பு உள்ளவனான்னு பரிசோதனை பண்ணிப் பார்க்க விரும்பியிருக் காங்க. தாற்காலிகமா அவன் ஞாபகங்களை மாத்தற பரிசோதனை முதல்ல நடந்திருக்கு! மருந்தைக் கொடுத்து ஜவஹர் விட்டலைப் பத்தி எல்லா விவரங்களையும் கிளிப்பிள்ளை மாதிரிச் சொல்லி மனசில் ஏற்றிப் பார்த்திருக்காங்க! இந்த இடத்தில்தான் ஒரு சிக்கல் ஏற்பட்டுப் போச்சு. பரிசோதனையை பாலகோபால் க்ளினிக்குக்கு உள்ளதான் வெச்சுக்கணும்னு நினைச்சிருக்காங்க. அந்த ஆள் தப்பிச்சுட்டுப் போய் ரகளை செஞ்சுட்டான்'.

'ஆமாம், ஜவஹர் விட்டலை ஏன் தேர்ந்தெடுத்தாங்க?'

'ஜவஹர் விட்டலை இதில சம்பந்தப்படாத அன்னியர்னுதான் நான் நினைக்கிறேன். அவர் டாக்டர் பாலகோபாலுடைய பேஷண்டுகளில் ஒருத்தர்னு நினைக்கிறேன். அதனாலதான் டாக்டருக்கு விட்டலைப் பற்றி இவ்வளவு விவரங்கள் தெரிஞ் சிருக்க முடியும்.'

'சொல்லுங்க!'

'தப்பி வந்து கலாட்டா பண்ணி, நானும் வசந்தும் அதில புகுந்து, அவனை பெயில்ல விடுதலை செஞ்சு, அவன் மேல கேஸ் ரத்தாகி, அவன் ஜெயிலில் இருந்து வெளியில் ஹோட்டலுக்கு வந்த உடனே, அவனைத் திரும்ப க்ளினிக்குக்கு அழைச்சுட்டுப் போயிருக்காங்க. அழைச்சுட்டுப் போயி மாற்று மருந்தைக் கொடுத்து அவனைப் பழையபடி ராஜாவாக்கிட்டாங்க!'

'ஞாபக மாற்றுப் பரிசோதனைனால ராஜா அவங்க காரியத்துக்கு உகந்தவன்னு தெரிஞ்சுக்கிட்டிருக்காங்க!'

'அவனை ஐ.ஸி.எப். காலனியில மறுபடி கொண்டுவிடறதுக்கு முன்னால, அவன் உள் மனசில இந்தக் கொல்ற விதையை விதைச்சுட்டுத்தான் அனுப்பி இருக்காங்க! மருந்தைக் கொடுத்து தூக்கமும் விழிப்பும் இல்லாத அவஸ்தை நிலையில திருப்பித் திருப்பி அந்த தேசிய கீதத்தைப் போட வேண்டியது. எதிரே சிலியானா ப்ரெஸிடெண்டுடைய படம் அல்லது திரைப்படம். ஹெட்போன்ல கூடவே 'கொல்லு கொல்லு! கழுத்தை நெரி, மார்ல குத்து'ன்னு உபதேசம்! இந்த மாதிரி ஸி.ஐ.ஏ. நிறைய பரி சோதனைகள் செய்திருக்கிறதா ஆதாரப்பூர்வமா ரிப்போர்ட்டுகள்

இருக்கு... இந்த ட்ரீட்மெண்ட் முழுக்க உள் மனசில நடக்கிற ட்ரீட்மெண்ட். அதான் விசேஷம். வெளி வாழ்க்கைல அவன் ராஜா. ராஜாவுக்கு தன் மனசின் ஆழத்தில் புதைக்கப்பட்டிருக்கிற சமாச்சாரங்கள் எதுவுமே தெரியாது. வெளியே வராது.'

'எப்ப வெளிய வரும்?'

'அந்த தேசிய கீதத்தைக் கேக்கறபோது மட்டும்!'

'தட்ஸ் இட்!'

'அடேங்கப்பா!'

'ட்ரிக்கர் மாதிரி, துப்பாக்கிக் குதிரை மாதிரி அந்தப் பாட்டு. அதைக் கேட்ட உடனே அவனுக்கு அந்தப் பிரத்யேக வெறி வெளிப்படும். வெறி யார் மேல? சிலியானா ஜனாதிபதி மேலே. அவரைப் பார்க்கிறான், கையில கண்டதை எடுத்து ஒரே போடு, அல்லது ஒரே குத்து! அதான் பாத்தீங்களே! எவ்வளவு மூர்க்கம் வெளிப்பட்டது! அந்தப் படத்தை என்ன கிழி கிழிச்சான் பாருங்க! கிழிபட வேண்டியவரு ப்ரெஸிடெண்ட்டு! தப்பிச்சாரு!'

ஜீப் மயிலாப்பூர் ஸி.பி. கோயில் தெருவில் டாக்டர் பாலகோபா லின் பாலி க்ளினிக்கைத் தாண்டிச் சென்று நின்றது. 'ராஜேந்திரன்! நான் முதல்லே போறேன். இரண்டு நிமிஷம் கழிச்சு வாங்க நீங்க!'

'ஜாக்கிரதை ஏதாவது...'

கணேஷ் மெதுவாக இறங்கிச் சென்றான். க்ளினிக்குக்குள் நுழைந்தான். பத்துப் பதினைந்து பேர் காத்திருந்தார்கள். நாற்காலிகள் காலியாக இருந்தன. எதுவும் மாறுதல் இல்லை. வரவேற்புக்கான அரைவட்ட மேஜையில் அந்தப் பெண் ரிஸப்ஷனில் உட்கார்ந்திருந்தாள்.

ப்ரீதி இல்லை. அது வேறு ஒரு பெண்!

'மே ஐ ஹெல்ப் யூ?'

'இதுக்கு முன்னாடி இங்க ரிஸப்ஷனிஸ்ட்டாக இருந்தாங்களே! மிஸ் ப்ரீதி!'

'ஷி இஸ் ஆன் லீவ். நான் அவளுக்குப் பதிலா வந்திருக்கேன்.'

'டாக்டர் பாலகோபாலைப் பார்க்க வேண்டும்.'

‘யு ஹேவ் எனி அப்பாய்ண்ட்மெண்ட்?’

‘நோ! போலீஸ்!’ என்றான்.

‘மன்னிக்கவும். டாக்டர் பாலகோபால் ஊரில் இல்லை. பதிலாக டாக்டர் சிரஞ்சீவியைப் பார்க்கிறீர்களா?’

‘வேர் இஸ் டாக்டர் பாலகோபால்?’ என்றார் ராஜேந்திரன்.

‘மை காட்! இஸ் திஸ் எ ரெய்ட்?’

‘பாலகோபால் எங்கே?’

அவள் டெலிபோனை எடுத்து ‘டாக்டர் சிரஞ்சீவி, தி போலிஸ் ஆர் ஹியர்’ என்றாள். கதவு திறந்து டாக்டர் சிரஞ்சீவி - பாதி வழுக்கை, பட்டை ப்ரேம் கண்ணாடி, தூய வெள்ளை கோட்டு சகிதம் வெளிப்பட்டு, ‘ஹலோ! நேற்று க்ளினிக்கில் திருட்டுப் போனதை விசாரிக்க வந்தீர்களா?’ என்றார்.

‘இல்லை, டாக்டர் பாலகோபாலைப் பார்க்க வந்தோம்.’

‘டாக்டர் பாலகோபால் வெளிநாட்டுக்குப் போயிருக்கிறாரே!’

‘எந்த நாடு!’

‘அமெரிக்கா!’

இருவரும் ஒருவரை ஒருவர் பார்த்துக்கொண்டார்கள்.

‘எனிதிங் ஸீரியஸ்!’

‘எப்ப வருவார்?

‘சொல்ல முடியாது. அங்கே அவர் விஸிட்டிங் ப்ரொபசர். ஆறு மாதம் ஆகும் என நினைக்கிறேன்!’

ராஜேந்திரன், ‘பறவை பறந்துவிட்டது.’

‘டாக்டர் கென்னத்?’

‘அவரும் திரும்பிப் போய்விட்டார்! என்ன விஷயம் சொல்லுங் கள்? நாங்கள் உங்களுக்கு ஒத்துழைக்கிறோம்!’

‘நாங்கள் இந்த க்ளினிக் பூரா சோதனை போடப் போகிறோம்.’

‘இப்போதேயா?’

‘ஆம்!’

‘பேஷண்ட்ஸ் இருக்கிறார்கள்! கொஞ்சம் அவகாசம் கொடுத்தால்...’

‘ஒரு நிமிஷம் அவகாசம் இருக்கிறது!’

‘ஐ ஸீ! பை ஆல் மீன்ஸ்! உள்ளே வாருங்கள். என்ன வேண்டுமானாலும் சோதனை போடுங்கள்!... ப்ளீஸ் கம்!’

தும்பை விட்டாயிற்று!

‘ராஜேந்திரன்! நீங்க ஸர்ச் பண்ணுங்க. நான் கிளம்பறேன்.’

‘சரி கணேஷ். காலைல ஆபீஸுக்கு வாங்க!’

‘சரி!’ கணேஷ் புறப்பட, ‘கணேஷ்! தாங்க்ஸ்!’ என்றார் ராஜேந்திரன். வெளியே வந்து நடந்தான். ‘ஒரு துரும்பும் அகப்படாது. அந்த க்ளினிக்கைச் சல்லடை போட்டுத் தேடினாலும் எந்தத் தடயமும் கிடைக்காது. வீண்தான். பறந்து போய்விட்டார்கள்.’

ஆட்டோ பிடித்து ப்ரீதியின் டீச்சர்ஸ் காலனி வீட்டுக்குச் சென்றான். பூட்டியிருந்தது. முன் போர்ஷனில் கேட்டபோது, ‘திடுதிடுப்ன்னு அந்தப் பொண்ணு ஒரு விதமா மயக்கமா வந்து கீழே விழுந்திடுத்து. அந்தம்மா பாவம் பயந்துட்டாங்க. உடனே ஆஸ்பத்திரி எடுத்துட்டுப் போனாங்க. என்ன வியாதின்னே கண்டுபிடிக்க முடியலியாம். ஆஸ்பத்திரியிலேயே இருக்காங்க. அந்த அம்மாளுக்கு அக்காவெல்லாம் வந்திருக்காங்க.’

‘எந்த ஆஸ்பத்திரி?’

‘என்னவோ ஆஸ்பத்திரி சொன்னாங்களே!’

‘ப்ரைவேட் நர்ஸிங் ஹோமா? கவர்ன்மெண்ட் ஆஸ்பத்திரியா?’

‘தெரியலிங்களே! ஸாரி!’

கணேஷ் சலித்துக்கொண்டு ஆட்டோவில் ஏறிக்கொண்டான்.

திடீர் என்று ஒருசிலர் மேடைக்கு வந்து நடித்துவிட்டு அவரவர் திக்கிலேயே சென்று மறைந்து விட்டதைப் போல உணர்ந்தான்.

எங்கே அந்தப் பெண்? எங்கே டாக்டர் பாலகோபால்? எங்கே ராஜா? எங்கே சிலியானாவின் ஜனாதிபதி...? வேறு வேறு திசைகள்!

இதில் யார் நிஜம்...?

வசந்த்! ஆம்! வசந்த்தின் வேதனைதான் தற்போதைக்கு நிஜம்.

'ஜெனரல் ஆஸ்பத்திரிக்குப் போப்பா!'

பின் குறிப்பு : கதையை நம்ப முடியாதவர்களுக்கு நான் சிபாரிசு செய்யும் புத்தகம் Walter Bowart-ன் Operation Mind Control.

அது கதைப் புத்தகமல்ல, முழுக்க முழுக்க நிஜம்.

-சுஜாதா.